श्री ज्ञानेश्वरीतील क्रिया योग

भाग - १

कर्मातून नैष्कर्म्य प्राप्ती

प्रकाशक:

श्री आशिष गुप्ते, पुणे

प्रथम आवृत्ती: १६ मे २०२५

मुखपृष्ठ रचना : आशिष गुप्ते (Cover design : Ashish Gupte)

फोन:९८९०१९९१७२८,Email:ashish.gupte@gmail.com

पुस्तक मिळण्याचे ठिकाण:

अमेझॉन.इन, फ्लिपकार्ट.कॉम व नोशनप्रेस.कॉम (Amazon.in, Flipkart.com, NotionPress.com).

मूल्य : रु १४९ /-

योगदानकर्त्यांचे आभार

ह्या ग्रंथ निर्मिती निमित्त ज्या सर्वांनी, प्रत्यक्ष व अप्रत्यक्ष रूपाने, योगदान दिले त्या सर्वांचे आम्ही मनःपूर्वक आभार मानतो, मुख्यतः दिपाली चित्रे, अटलांटा-अमेरिका, यांनी पुस्तकाचे शुद्धलेखन आणि ग्रंथ मुद्रण करण्यासाठी व तसेच श्री अनुज विजन, पुणे, यांनी पुस्तकाचे मुखपृष्ठ व त्यातल्या आकृती मुद्रण करण्यास सहाय्य केल्याबद्दल खूप ऋणी आहोत.

हरी ओम!

अनुक्रमणिका

१. प्रस्तावना..१

२. परमहंस समर्थ सद्गुरू श्री डॉ. बाळकृष्णानंद
   शाळिग्राम उर्फ शाळिग्राम गुरुजी.........................८

३. उपोदघात - महत्वाचे १४

४. कर्मातून नैष्कर्म्य प्राप्ती........................१८

५. जप यज्ञ अथवा नाम यज्ञ......................३१

६. ध्यान साधना अथवा ध्यान योग ४०

७. उपसंहार...५१

श्री गुरुः शरणम

१. प्रस्तावना

श्री ज्ञानेश्वर महाराजांनी अवतार घेऊन ज्या अनेक गोष्टीं मध्ये क्रांती घडवली त्यातली एक मुख्य बाब म्हणजे त्यांनी जनसामान्यांना भक्ती मधला क्रियायोग प्रत्यक्ष पणे उघड करून तर दाखवलाच पण तो ज्ञानेश्वरी मध्ये बांधून सुद्धा दिला. पूर्वीपासून हा क्रियायोग भक्तियोगातील एक अविभाज्य भाग असला तरी तो सामान्य माणसाला सहजपणे त्यावेळेला अवगत नव्हता. श्री ज्ञानेश्वर महाराजांचा अवतार होण्या आधी तो फक्त हिमालयातील काही योगी मंडळींना अवगत होता आणि तेही मुख्यतः तो नाथ संप्रदायातील विशेष सिद्ध योग्यांना ज्ञात होता. वास्तविक तो स्वतः श्री भगवान शंकर ह्यांनी आपल्या गुरु-शिष्य परंपरेत व्यवस्थित जपून ठेवला होता - ह्यालाच नाथ संप्रदाय ह्या नावाने ओळखले जाते.

।। आदिनाथ गुरु सकळ सिद्धांचा
मच्छिन्द्र त्याचा मुख्य शिष्य ।। ज्ञानेश्वरी

अशया ह्या 'एक गुरु एक शिष्य' परंपरे प्रमाणे हा क्रियायोग गहिनी नाथां पर्यन्त आला आणि मग त्यांनी तो निवृत्ती नाथांना पूर्णपणे शिकवून त्यांच्या हातात नाथ संप्रदायाची धुरा दिली. तो पर्यन्त नाथ संप्रदायात 'एक गुरु एक शिष्य' अशी परंपरा चालत आली होती. ह्या परंपरे मध्ये एका वेळी एकच शिष्याला शरणार्थी म्हणून

गुरुने स्वीकारले जात असे आणि त्याला अनुग्रहाचा सिद्ध मंत्र देऊन संप्रदायातील संपूर्ण क्रिया योग शिकवून पुढच्या पिढीसाठी तयार केले जात असे. ह्या क्रियायोगा मधल्या अनेक क्रियां पैकी मुख्यत्वे जीव शिवाची गाठ - भेट किंवा जीव ब्रह्म ऐक्य हे घडवून आण्याच्या क्रिया शिकवल्या जात असत - म्हणजेच भक्तियोग घडवून आणणाऱ्या क्रिया शिकवल्या जात असत.

जेव्हा श्री निवृत्ती "नाथ" झाले आणि घरी परतले तेव्हा ज्ञानेश्वरांनी तत्काळ त्यांना गुरु मानले आणि त्यांना शरण जाऊन हा पूर्ण क्रिया योग त्यांच्या कडून शिकून घेतला. तसे सुद्धा श्री ज्ञानेश्वर उपजतच ज्ञानी होते. त्यामुळे त्यांना सिद्ध अवस्था प्राप्त होण्यास फार वेळ लागला नाही. परंपरे प्रमाणे श्री निवृत्ती नाथांनी सुद्धा श्री ज्ञानेश्वर ह्यांना श्री ज्ञान नाथ संबोधून ह्या नाथ संप्रदायाची परंपरा त्यांच्या हाती सोपवून दिली. पण ह्या वेळीस मात्र श्री ज्ञान नाथांनी एका वेळी फक्त एक शिष्य शरणार्थी घेणे ही परंपरा बदलली.

महाविष्णूचा अवतार । सखा माझा ज्ञानेश्वर । संत नामदेव ।

ते विष्णूंचा महा अवतार होते आणि ह्याच कार्यासाठी पृथ्वीवर अवतीर्ण झाले होते. त्यांनी पाहिले की हा क्रिया योग तर भक्ती प्रधान क्रिया योग अथवा महायोग आहे पण सामान्य माणसाला मिळणे किंवा प्राप्त होणे अवघड आहे कारण एका बाजूला त्याला तर प्रपंच करणे भाग

आहे आणि दुसऱ्या बाजूला हिमालयात जाणे हे अशक्य. तसेच संस्कृत भाषेतील शास्त्रोक्त ग्रंथ अभ्यास किंवा संन्यास सुद्धा सामान्य माणसाला घेणे शक्य नाही कारण तो गृहस्थाश्रमी आहे. तसे सुद्धा वेदशास्त्र, पुराणे ह्यांचा पुस्तकी अभ्यास करून काही प्रत्यक्ष भक्तियोग घडून येत नसतो - त्याला क्रियेची जोड असावी लागते. म्हणून श्री ज्ञान नाथ म्हणजेच स्वतः विष्णूंनी असं ठरवलं की ह्या पुढे 'एक गुरु एक शिष्य' परंपरे मध्ये बदल झाला पाहिजे - म्हणून श्री ज्ञानेश्वरांनी एक नाही तर अनेक शिष्य स्वीकारले व ह्या निमित्ताने एक गुरु-अनेक शिष्य अशी परंपरा अथवा स्रोत तयार केले. एवढेच नाही तर त्यांनी ह्या नाथ संप्रदायातील महायोगाचा पूर्ण क्रिया योग होता त्याचा नीट अभ्यास केला. त्यांच्या हे लक्षात आले की सामान्य माणसाला सगळ्या क्रिया करणे एक तर शक्य नाही आणि दुसरे म्हणजे आवश्यक सुद्धा नाही - म्हणून त्यांनी ह्या संपूर्ण क्रिया योगातील काही महत्वाच्या क्रिया निवडल्या आणि त्याला 'बुद्धी प्रधान भक्ती योग' असे संबोधून तो ज्ञानेश्वरी मध्ये बांधून दिला.

जे बुद्धी योगा योजिले । तेचि पारंगत झाले ।। ज्ञा २-२७७

एक अशी धारणा आहे की श्री ज्ञानेश्वरांनी पूर्णपणे क्रिया योग काढून टाकला कारण की तो हठयोग होता - हे विधान पूर्णपणे योग्य ठरणार नाही - भक्ती योग म्हटला

तरी काही क्रिया असणे भागच आहे कारण शेवटी चित्ताचे समत्व, मन बुद्धीची एकाग्रता आणि ऐक्य झाल्या शिवाय आत्मस्वरूप/भगवंत भेटणे नाही.

समत्व चित्ताचे । तेचि सार जाण भक्तियोगाचे ।
जेथ मन आणि बुद्धीचे ऐक्य आथी ।। ज्ञा २-२७३

असं होण्यासाठी आपल्या हृदयातील आत्मस्वरूपाशी मन बुद्धी एकाग्र करून तन्मयता साधावी लागते. हे बाह्य कर्मकांडाने अथवा क्रियाहीन राहून होणे शक्य नाही. हेच अनुभवजन्य ज्ञान जनसामान्यांना मिळाले पाहिजे जेणे करून ते प्रत्यक्ष मोक्ष आणि त्याही पलीकडील भक्तियोग संसारात राहून मिळवू शकतील ही खरी श्री ज्ञानेश्वरांची तळमळ आहे. थोडक्यात अति सामान्य माणसाला सुद्धा प्रपंच आणि परमार्थ हे दोन्ही प्रपंचात राहून साध्य करता आला पाहिजे ही त्यांच्या अवतार घेण्या मागे मुख्य भूमिका स्पष्ट दिसते.

हाच क्रियायोग आज सुद्धा काही तुरळक का होईना पण यथार्थ अश्या गुरु शिष्य परंपरेत प्रचलीत आहे कारण जरी हे सगळे गुह्य ज्ञान श्री ज्ञानेश्वरांनी उघडपणे मांडले आहे तरी सुद्धा त्यात अनुभवाचा भाग आहे - म्हणूनच त्यांच्या आरती मध्ये असे म्हटले आहे.

'प्रगट गुह्य बोले । विश्व ब्रह्माची केले'

हे जरी असले तरी त्यातील पूर्ण प्रकट पणा, प्रत्यक्ष क्रिया आणि त्यामध्ये येणारे अनुभव हे मात्र फक्त गुरु शिष्यातील एकांताचा भाग आहे. श्री सतगुरु डॉ.

बाळकृष्ण शाळिग्राम गुरुजींनी शिकवल्या प्रमाणे ज्ञानेश्वरीच्या ओव्यां मध्ये अनेक पातळीचे अर्थ आहेत - शब्द अर्थ, ध्वन्य अर्थ, लक्ष्यार्थ आणि गुह्यार्थ - म्हणून फक्त शब्दार्था मध्ये राहणे म्हणजे ज्ञानेश्वरांच्या अथवा भगवंताच्या प्रज्ञेला सीमित द्रीष्टीने पाहणे असे होईल. नाथ संप्रदायातील क्रिया योग या ही पलीकडे अनुभव देणारा असल्यामुळे ज्ञानेश्वरीत त्यातले अनुभवार्थ सुद्धा आहेत असे म्हणणे वावगे ठरणार नाही. संत नामदेवांनी म्हटलेच आहे की-'**एक तरी ओवी अनुभवावी**', ते याच अर्थिने असावे.

ह्या ग्रंथा मध्ये आपण श्री सद्गुरू डॉ. बाळकृष्ण शाळिग्राम गुरुजी - विद्या वाचस्पती ज्ञानेश्वरी (Ph.D. Dnyaneshwari) ह्यांनी त्यांच्या परंपरागत शिकवलेला भक्तियोगा अंतर्गत असलेल्या क्रियांचा जो परिपाठ आहे तो पाहणार आहोत. पूर्ण क्रिया योगा मध्ये अनेक क्रिया, उपासना आणि प्राण प्रक्रिया ह्यांचा समावेश असल्याने आपण तो २-४ भागात पाहणार आहोत.

श्री सद्गुरू डॉ. बाळकृष्ण शाळिग्राम गुरुजी यांचा अल्प परिचय आपण पुढच्या विभागात पाहूया. तो सगव्ळ्यांनी जरूर वाचावा व त्यांचे सत्चरित्राचा सुद्धा अवलंब करून जरूर वाचावे व त्याचा लाभ घ्यावा.

सतगुरू डॉ. बाळकृष्ण शाळिग्राम यांची परंपरा

आदिनाथ (भगवान शिव)

|

मच्छिंद्र नाथ

|

गोरक्ष नाथ

|

गहिनी नाथ

|

निवृत्ती नाथ

|

ज्ञान नाथ (श्री ज्ञानेश्वर)

|

देव चुडामणी

|

पूर्णानंद स्वामी

|

त्र्यंबक विष्णू शाळिग्राम

|

बाळकृष्ण त्र्यंबक शाळिग्राम
(डॉ. बाळकृष्ण त्र्यं. शाळिग्राम)

परमहंस समर्थ सत्गुरू डॉ.श्री बाळकृष्ण शाळिग्राम गुरुजी

विद्या वाचस्पती, ज्ञानेश्वरी (Ph.D. Dnyaneshwari)

जन्म - २९ मे १९२९, अक्षय त्रीतीया, कोयाळी, आळंदी जवळ.

महानिर्वाण - १६ मे १९९२, पुणे.

२. परमहंस समर्थ सद्गुरू श्री डॉ. बाळकृष्णानंद शाळिग्राम उर्फ शाळिग्राम गुरुजी

२९ मे १९२९ रोजी अक्षय्य तृतीयेच्या शुभ मुहूर्तावर आळंदी जवळील कोयाळी गावात श्री बाळकृष्ण त्र्यंबक शाळिग्राम ह्यांचा जन्म झाला. त्यांच्या घराण्यात सिद्ध पुरुषांची परंपरा होती. त्यांच्या एका पूर्वजाला प्रत्यक्ष विष्णूनी आशीर्वाद दिला होता की तुमच्या घराण्यात पुढच्या सात पिढ्या सिद्ध पुरुष जन्माला येतील. त्या प्रमाणे घडले आणि त्यातच श्री बाळकृष्ण शाळिग्राम ह्यांचा सुद्धा समावेश आहे.

बाळकृष्णाचे बालपण आळंदीत गेले कारण त्यांचे वडील त्र्यंबक शाळिग्राम तेथे शाळेत शिक्षक होते. त्र्यंबक शाळिग्राम हे केवळ देवाचे भक्तच नव्हेत तर ते ज्ञानेश्वरीचे उत्कट विद्यार्थी होते आणि ते वारकरी संप्रदाय पूर्वक कीर्तन वप्रवचन सुद्धा करायचे. त्यामुळे अगदी लहानपणापासून बाळकृष्णाला हा बाळकडू म्हणून प्रसाद मिळाला असे म्हणायला हरकत नाही. लहानपणा पासूनच त्यांच्यात संत चिन्ह सुद्धा दिसत होती. त्यांना आई वडीलां बरोबर रोज सायंकाळी आळंदीला नगर प्रदक्षिणा करण्यास आवडत असे वा इंद्रायणी काठी ते तिघे ही रोज बसून हरिपाठ म्हणत असत. त्यांनंतर, लहान असलेला बाळकृष्ण हा रोज श्री ज्ञानेश्वरांच्या

शेजारतीला हजर राहत असे व त्याला रोज शेजार्तीचा प्रसाद मिळत असे. त्यांचे वडील - त्र्यंबक विष्णू शाळिग्राम ह्यांना आळंदीतल्या गोपाळ महाराज दिगंबर उर्फ पूर्णनिंद स्वामी ह्यांचा अनुग्रह प्राप्त झाला होता. विशेष म्हणजे हा अनुग्रह त्यांना श्री ज्ञानेश्वरांच्या परंपरेतला मिळाला असून त्यात जो अनुग्रहाचा बीज मंत्र होता तो श्री ज्ञानेश्वर महाराजां पासून चालत आलेला होता. बाळकृष्णाने अगदी वयाच्या १४ व्या वर्षी आपल्याच वडिलांना अनुग्रह देण्यास विनंती केली आणि त्याप्रमाणे त्यांना सुद्धा तोच अनुग्रहाचा बीज मंत्र प्रसाद म्हणून मिळाला. ह्याप्रमाणे त्यांचे अनुभवात्मक अध्यात्मिक जीवन सुरु झाले आणि पुढे ते सिद्ध अवस्थेला प्राप्त झाले.

प्रस्तुत ग्रंथा मधील ज्ञान हे श्री परमहंस सद्‌गुरू बाळकृष्ण शाळिग्राम गुरुजी ह्यांनी त्यांना मिळालेल्या श्री ज्ञानेश्वर महाराजांच्या परंपरेतला बीज मंत्र युक्त अनुग्रह आणि त्यांना त्यांच्या ह्या गुरुपरंपरेत प्राप्त झालेल्या क्रिया योगातून आले आहे. तसेच हा ग्रंथ त्यांच्या फक्त प्रबंध अथवा इतर ग्रंथांच्या ज्ञानावर आधारित नसून त्यांच्या अनुभव जन्य ज्ञानावर देखील आधारित आहे हे वाचकांनी लक्षात घ्यावे. 'एक गुरु अनेक शिष्य' अशी नूतन पद्धती श्री ज्ञानेश्वरांनी प्रचलीत केल्यामुळे अनेक साधकांचे सिद्ध त्यांनी तयार केले - त्यात प्रामुख्याने मुक्ताबाई, विसोबा खेचर, नामदेव, चांगदेव महाराज अश्या गुरु-

शिष्य परंपरा प्रचलीत झाल्या. संत नामदेव हे विसोबा खेचरांचे शिष्य झाले म्हणून ते सुद्धा ह्या परंपरेत सामिल झाले. ह्या अनेक सिद्ध पुरुषांनी महाराष्ट्र आणि महाराष्ट्रा बाहेर सुद्धा शिष्य करून (नामदेव महाराज पंजाब प्रांता मध्ये सुद्धा प्रसिद्ध आहेत) ह्या परंपरेचा विस्तार केला. ह्या भागवत परंपरेत षोडश अक्षरी बीज मंत्र युक्त अनुग्रह/दीक्षा देण्याची पद्धत आहे. अर्थात हाच षोडश अक्षरी बीज मंत्र नाथ संप्रदायात भगवान आदिनाथा पासून चालत आलेला आहे तो आज सुद्धा हिमालयातील गुरु शिष्य जोड्यांमध्ये प्रचलीत असणार ह्यात शंका नाही. पण भगवान श्री ज्ञानेश्वर महाराजांच्या क्रांती मुळे तो आज तुरळक का होईना पण काही सामान्य जन लोकांना सुद्धा प्राप्त आहे - ही त्या दयाळू भगवंताची कृपा आहे.

तात्पर्य असे की असा हा क्रिया योग अथवा महा योग काही संत महात्म्यांना अवगत असतो आणि तो जिज्ञासू साधकांना देण्याचे त्यांचे कार्य आजही प्रचलीत आहे. श्री परमहंस सद्गुरू डॉ. बाळकृष्ण शाळिग्राम गुरुजी हे सुद्धा ह्याच परंपरेतील एक महान सिद्ध संत होते. आपण ह्या आधी त्यांचे संक्षिप्त असे चरित्र पाहिलेच आहे त्यावरून आपल्याला लक्षात येऊ शकते की त्यांनी त्यांचे आयुष्य मुख्यतः हेच ज्ञान प्रथम स्वतः शिकून मग जनसामान्यांना शिकविण्यात घालवले.

'तुका जेउनि जेववी लोका' - तु. गा.

ह्याच धारणेत ते अगदी तुकाराम महाराजां सारखे एका संतांचे जीवन जगले. हे समजणे महत्वाचे आहे कारण त्या द्रीष्टीने पाहिले तरच आपण त्यांनी शिकवलेला हा क्रिया योग समजू शकतो आणि आपल्या सामान्य जीवनात त्याचा उपयोग करून ह्या सोप्या असलेल्या प्राणिक प्रक्रिया राबवू शकतो. त्यांनी शिकवल्या प्रमाणे - योग म्हणजे दोन वस्तूंचे युजन अथवा ऐक्य होणे - कोणाचे ऐक्य ? तर बुद्धी आणि आत्मस्वरूपाचे ऐक्य - म्हणूनच श्री कृष्णाने ह्याला बुद्धी योग असे नामाभिधान केले.

'ददामि बुद्धियोगं त्वम' - भ. गी.

हा बुद्धी योग म्हणजेच आधीचा महा योग अथवा क्रिया योग. ह्या मध्ये हठ/अष्टांग योगाचा भाग अजिबात नाही हे जरी असले तरी प्राणिक क्रियांचा काही भाग आहे. श्री बाळकृष्ण शाळिग्राम गुरुजींना प्रथम स्वतःच्या वडीलां कडून श्री ज्ञानेश्वरांच्या परंपरेत षोडश अक्षरी बीज मंत्र पूर्वक अनुग्रह प्राप्त झाला व त्यांच्या सतगुरू रुपी वडिलांनी त्यांना सुरुवातीच्या काही क्रिया शिकवल्या. ते रोज ज्ञानेश्वरीचा अभ्यासही करीत असत. तथापि त्यांच्या वडिलांनी त्यांना सांगितले की मी ज्या तुला क्रिया शिकवल्या आहेत त्या पूर्ण क्रिया योगाच्या केवळ ३०-४० टक्केच आहेत. ह्या पुढच्या क्रिया शिकविण्यास तुला

तुझ्या आयुष्यात आणखी एक सिद्ध पुरुष भेटेल व त्यांच्याकडून तुला उर्वरित क्रिया शिकण्यास मिळतील. एका सिद्ध पुरुषाने दुसऱ्या सिद्ध पुरुष भेटीचे भविष्य सांगितले होते. त्या प्रमाणे श्री बाळकृष्ण शाळिग्राम गुरुजी ह्यांनी सेवानिवृत्ती घेतल्यानंतर लगेच त्यांना आळंदीला राहणारे सिद्ध ज्ञान योगी श्री परमहंस ऋषी पाठक उर्फ मोदी ऋषी महाराज ह्यांची भेट घडली. प्रथम भेटीतच ते स्वतः हुन श्री बाळकृष्ण शाळिग्राम गुरुजी ह्यांना म्हणाले की "माझ्या ठिकाणी असलेला सिद्ध ज्ञान योग लक्षात घेता आपण माझ्या कडून तो शिकून घेणार का ?" ह्या मध्ये नक्कीच ईश्वरीय संकेत आहे आणि आपल्या वडिलांनी सांगितल्या प्रमाणे हे सिद्ध पुरुष आपल्याला भेटलेले आहेत असे जाणून श्री बाळकृष्ण शाळिग्राम गुरुजींनी त्यांना होकार दिला आणि अश्या रीतीने त्यांना हा भक्ती प्रधान बुद्धी योग अथवा महा योग ह्याच्या अंतर्गत असलेला पूर्ण क्रिया योग शिकावयास मिळाला.

श्री बाळकृष्ण शाळिग्राम गुरुजी यांचे कार्य सूक्ष्मात पाहिले तर खूप अफाट आहे. त्यांना त्यांच्या गुरूघरातून भगवान श्री ज्ञानेश्वरांच्या अनेक दुर्मिळ असे ग्रंथ - जे जनसामान्यांना माहित नव्हते - प्राप्त झाले. त्यात मुख्यत्वे श्री ज्ञानेश्वरांचा "स्वत्मानुभव" व "श्री ज्ञानेश्वरांची मुक्ताबाईस सनद" ह्या ग्रंथांचा समावेश आहे. त्यायोगे त्यांनी ज्ञानेश्वरी मध्ये पुणे महाविद्यालयात उच्च प्रशिक्षण

घेऊन त्यात पी.एच.डी (डॉक्टरेट), विद्या वाचस्पती पदवी मिळवली व त्या वर्षीचे सुवर्ण पदक सुद्धा मिळवले. हे सगळे ईश्वरीय कार्य असल्यामुळे जुळून आले जेणेकरून त्यांना हे श्री ज्ञानेश्वरांचे दुर्मिळ ग्रंथ अर्थासहित प्रकाशित करता आले आणि अश्या रीतीने जनसमुदायाला उपलब्ध करून देता आले.

यावरून आपल्याला ह्या कार्याच्या व्याप्तीची कल्पना येऊ शकते. त्यांचे हे कार्य पुढे सुरु राहावे ह्या भावनेने आपण ह्या ग्रंथामध्ये जनसामान्यांना आत्मसाक्षात्कार अथवा भगवतसाक्षात्कार होण्यास प्रेरणा आणि मार्गदर्शन होण्याच्या दृष्टीकोनातून काही क्रियायोगातील महत्वाच्या क्रियांचा समावेश करीत आहोत. हा हेतू कार्य सिद्धीस जावा अशी श्री ज्ञानेश्वरांच्या चरणी प्रार्थना आहे व काही उणीव असेल तर त्या बद्दल क्षमा असावी हीच त्यांना विनंती.

श्री सद्गुरू शाळिग्राम गुरुजींचे सविस्तर चरित्र मराठी (Amazon.in - शीर्षक - **ज्ञानेश्वरीचे एका महान संतांचे चरित्र - सत्गुरू डॉ. बाळकृष्ण शाळिग्राम**) व इंग्रजी भाषेत (Amazon.com-Title - **Master of Dnyaneshwari in Pune City: Biography of SatGuru Dr. Balkrishna T. Shaligram**) अमेझॉन वर उपलब्ध आहे तसेच त्यांच्या पुण्यातल्या कुटुंबीय निवास स्थानी (४६० नारायण पेठ, पत्या मारुती गल्ली,

पुणे) सुद्धा उपलब्ध आहे. तिथे त्यांचे अनेक ज्ञानेश्वरी वरचे अन्य ग्रंथ सुद्धा उपलब्ध आहेत. जिज्ञासू मंडळींनी त्याचा अवलंब करून जरूर लाभ घ्यावा.

श्री ज्ञानेश्वरीतील क्रियायोग: भाग - १

पुणे) सुद्धा उपलब्ध आहे. तिथे त्यांचे अनेक ज्ञानेश्वरी वरचे अन्य ग्रंथ सुद्धा उपलब्ध आहेत. जिज्ञासू मंडळींनी त्याचा अवलंब करून जरूर लाभ घ्यावा.

३. उपोदघात - महत्वाचे

अध्यात्मशास्त्र, भक्ति योग अथवा आत्मसाक्षात्कार हा विषय असला की लगेच एक मुख्य मुद्दा तिथे निर्माण होतो - की हे साधण्यासाठी गुरु किंवा संत, सद्गुरू ह्यांची आवश्यकता असते का? नुसतं पुस्तकी ज्ञान, आपल्या मनाला भावेल अशी भक्ती अथवा अष्टांग योग नाही का चालणार?

ह्याचे अगदी स्पष्ट उत्तर देयचे झाले तर खरं म्हणजे "नाही चालणार" असेच आहे. आपल्याला सकल संत वाङ्मया मध्ये ह्याची अनेक प्रमाणे सापडतील. मुख्य म्हणजे भगवान श्री राम, भगवान श्री गोपालकृष्ण आणि स्वतः श्री ज्ञानेश्वर ह्यांनी नुसते गुरु केले नाहीत तर त्यांचे गुणगान, प्रसंशा आणि महत्व हे आपल्या उपदेश, वाणी मध्ये आवर्जून सांगितले. श्री ज्ञानेश्वर ह्यासाठीच एक दृष्टांत देतात.

। कै पाडस वागूर करांडी ? अथवा मुंगी मेरू ओलांडी? ।

। तै ची हे पैलथडी पावती जीव ।। ज्ञा ४ अध्याय

एखादे नुकतेच जन्माला आलेले हरिणीचे पाडस जर का एखाद्या शिकाऱ्याच्या जाळ्यात सापडलं तर ते स्वतःच्या बळावर ते जाळे तोडून मुक्त होऊ शकते का? अथवा एखादी मुंगी माऊंट एवरेस्ट सारखा पर्वत ओलांडून जाऊ

शकते का? त्याच प्रमाणे पाडस अथवा मुंगी रुपी जीव स्वतःहून पैलतीराला म्हणजेच भवसागर ओलांडून जाऊ शकत नाही. हा त्या दृष्टांतातील सिद्धांत आहे. ह्या सिद्धांताला अर्थ सुद्धा आणखी सखोल आहे - जिज्ञासू मंडळींनी सतगुरू डॉ. बाळकृष्ण शाळिग्राम गुरुजी यांचा प्रबंध/ग्रंथ "पंथराज" पाहावा.

तात्पर्य असे की जीवाला आत्मा अथवा परमात्म्याशी संयोग हवा असेल तर त्याला मार्गदर्शन करायला कोणीतरी श्री गुरु असणे परम आवश्यक आहे. ह्याच बरोबर कलियुगातली एकंदर परिस्थिती आणि "गुरु" ह्या संज्ञेची झालेली/होणारी अधोगती पाहता श्री विष्णूंनी ज्ञानदेव ह्या रूपाने अवतार घ्यायचे ठरवले आणि गुरु शिष्यांच्या बऱ्याचऱ्या गोष्टी प्रगट पणे सांगण्याचे ठरवले हे श्री ज्ञानेश्वरांच्या चरित्रावरून स्पष्ट दिसते. त्यात मुख्यत्वे श्री ज्ञानेश्वरी ग्रंथ निर्मिती करून त्यातून सामान्य जीवाला श्री गुरु प्राप्ती होण्या आधी सुद्धा कुठल्या क्रिया करण्या सारख्या आहेत जेणे करून तो अगदी साक्षात्कारी नाही झाला तरी मोक्षाला पात्र होईल अथवा ह्या क्रिया आम्लात आणल्यामुळे आणि श्री गुरु प्राप्तीची इच्छा असेल तर त्याला यथार्थ श्री गुरु प्राप्त होण्यास तरी तो पात्र होईल असा मानस असावा.

अश्या काही विचार धारणा आहेत की श्री ज्ञानेश्वरांनी भक्ती सोपी करून सांगितली व आम्हाला अजिबातच ध्यान अथवा कुठलाही प्रकारचा योग करण्यांची गरज

नाही असे शिकवले - ही विचार सरणी काही प्रशस्थ ठरणार नाही. कारण स्वयंपाक कृती केल्या शिवाय आपोआप तयार होत नसतो त्याच प्रमाणे काही तरी कृती करावीच लागेल जरका आपल्याला जीवा शिवा ची गाठ भेट किंवा जीव ब्रह्म ऐक्य आपल्याच ठिकाणी घडवून आणायचे असेल तर. सगव्व्या संतांचे एकमत आहे की ह्यासाठी मनाची तीव्र एकाग्रता हे प्रमुख आहे आणि अशी एकाग्रता काही चालता, बोलता, उठता, बसता होणे शक्य नाही त्यासाठी,

ठायीच बैसोनि करा एकचित्त । आवडी अनंत आळ्वावा। तु. गा.

असे काही करावे लागेल. पण ते एकदम सुद्धा घडून येत नसते आणि त्यासाठीच श्री ज्ञानेश्वरानीं अनेक सोप्या क्रिया श्री ज्ञानेश्वरीत सांगितल्या आहेत जेणे करून सामान्य मनुष्य आपल्या प्रपंचात राहून परमार्थ साध्य करू शकेल. अर्थातच त्याला ह्यासाठी थोडा वेळ द्यावा लागेल. महत्वाचे म्हणजे सामान्य माणसाला कुठे ही रानात, वनात किव्हा हिमालयात जायची गरज नाही पण त्याच बरोबर त्याला अध्यात्माची गरज, महत्व आणि त्यातला सोपेपणा कळावा आणि आपले कर्तव्य पार पाडत असतानाच त्याने परमेश्वराशी ऐक्य सुद्धा गाठावे असा श्री ज्ञानेश्वरांचा अवतार घेण्या मागचा हेतू स्पष्ट दिसून येतो.

बऱ्याच लोकांना अध्यात्माशास्त्र निरर्थक वाटतं, काही लोकांना त्याची गरज वाटत नाही तर काही लोकांना उलट पक्षी ते वेळ वाया घालवणे असेही वाटते - पण एक साधा विचार केला तर आपल्याला दिसून येईल की भगवंताने मग कशाला एवढे कष्ट घेऊन जन्म/अवतार घेतले असतील? त्याला काहीतरी महत्वाचे निरूपण करायचे असेल म्हणूनच ना? श्री ज्ञानेश्वर अध्यात्म शास्त्राचे किती महत्व आहे हे एक अप्रतिम दृष्टांत देऊन समजावतात,

मोराच्या पिसे डोळे असती अशेषे। परी द्रीष्टी
ऐकलीही नसे।

तैसे अध्यात्म शास्त्रे वीण। हे आघवेचि अप्रमाण।।ज्ञा १२ अध्याय

ज्याप्रमाणे मोराच्या पिसाऱ्यात अनेक पिसे असतात - प्रत्येक पिसाला डोळा म्हणतात, म्हणजे अनेक डोळे असतात - पण त्यातल्या एकही डोळ्याने प्रत्यक्ष बघता येत नाही त्याच प्रमाणे जगात शेकडो प्रकारची शास्त्र आहेत पण एक अध्यात्म शास्त्र सोडले तर सत्य पाहण्याची क्षमता कुठल्याच शास्त्रांतर्गत नाही - पर्यायाने सत्चितानंद स्वरूप असलेला परमात्मा पाहण्यास अध्यात्म शास्त्र सोडून दुसरे कुठलेच शास्त्र समर्थ नाही मग ते रसायन, भवतीक, भूगोल असो अथवा वेदशास्त्र (शाब्दिक ज्ञान) असो.

परमहंस समर्थ श्री डॉ. बाळकृष्ण शाळिग्राम गुरुजी ह्यांनी ह्याचसाठी आपले जीवन वेचले आणि प्रयत्न पूर्वक श्री ज्ञानेश्वरीतल्या सगळ्या क्रियांचा अभ्यास केला. त्याचा भक्ती विज्ञान पूर्वक अभ्यास करून आणि स्वतः अनुभव घेऊन त्यांनी हेच गुह्य ज्ञान त्यांच्या प्रवचन आणि किर्तनातून प्रगट पणे उभ्या महाराष्ट्राला प्रबोधन केले. त्यांची खूप तळमळ आहे की जास्तीजास्त लोकांना ह्या क्रिया कळाव्यात आणि त्यांचा विनीयोग करून प्रत्येकाने भवसागर तरून जावे.

म्हणूनच आम्ही ह्या क्रिया इथे मांडत आहोत. भाविकांनी/जिज्ञासू भक्तांनी ह्याचा लाभ घ्यावा. ह्या क्रिया साध्या सोप्या आणि प्राथमिक स्वरूपाच्या असल्यामुळे त्यासाठी सुरुवातीला गुरु असण्याची आवश्यकता नाही. मनोमय श्री ज्ञानेश्वर, श्री राम, श्री कृष्णा अथवा भगवंताचे कुठले ही नाम आठवून जरूर नियमित पणे करीत राहिले असताना भगवंताची कृपा दृष्टी नक्कीच आपल्यावर राहील ह्यात काही शंका नाही.

हरी ओम!

४. कर्मातून नैष्कर्म्य प्राप्ती

भगवान श्री गोपाळ कृष्णाने अर्जुनाला बोध करताना भगवत गीतेच्या तिसऱ्या अध्यायात कर्म, अकर्म आणि नैष्कर्म ह्यावर जे स्पष्टीकरण दिले आहे त्यावर श्री ज्ञानेश्वरांनी खूपच छान विस्तार केला आहे. ह्याच आधारावर आपण कर्मयोगातील क्रिया योग पाहणार आहोत.

मुख्यतः जेव्हा अर्जुनाला दुसऱ्या अध्यायात बोध करताना श्री कृष्ण आत्मस्वरूपा बद्दल असे सांगून गेले की 'अर्जुना - आत्मस्वरूपाच्या ठिकाणी कर्म व कर्ता असे दोन्ही भाव नाही' - त्यावर तिसऱ्या अध्याच्या सुरवातीला अर्जुनाने प्रश्न मांडला तो असा - की 'हे भगवंता, आपण म्हणालात की आत्मस्वरूपाला कर्म व कर्ता असा भाव नाही, पण मग मला का युद्धा सारखे कर्म करायला सांगता, हे कसे काय? जरा मला नीट समजावून सांगावे.'

ह्याचे उत्तर देताना श्री कृष्णाने आणि श्री ज्ञानेश्वरांनी अर्जुनाच्या निमित्ताने संपूर्ण जगाला बोध करताना कर्म, अकर्म आणि नैष्कर्म्य ह्याचा गूढार्थ समजावून सांगितला आहे आणि त्याच बरोबर त्यात क्रियायोगाचा काय भाग आहे या संबंधी देखील खुलासा केला आहे.

की प्राप्तकर्म सांडिजे । येतुलेने नैष्कर्म्य होईजे ।

हे अर्जुना वाया बोलिजे । मूर्खपणें (अज्ञानपणे) ।। ज्ञा ३-४६

प्रथम श्री ज्ञानेश्वर महाराज आपल्याला हे समजावतात की उचित कर्मारंभ केल्याशिवाय कर्महीनता प्राप्त होऊ शकत नाही - अथवा असे मानणे की आपल्या वाटेला आलेले प्राप्त कर्म सोडून अथवा त्याचा त्याग करून आपण नैष्कर्म्य स्थितीला प्राप्त होऊ हे मूर्खपणाचे किव्हा अज्ञानपणाचे ठरेल. हे समजावून देण्यासाठी माउली आपल्याला एक दृष्टांत देतात तो असा -

पैलतीराला जायचे असेल तर आपण ज्या नावेतून पैलतीर गाठणार आहोत त्या नावेचाच आपण त्याग केला तर कसं चालेल? आपल्याला जर नैष्कर्म्य स्थती प्राप्त करायची असेल तर कर्म हीच ते प्राप्त करायची नाव आहे - म्हणून आपल्या वाटेला आलेले उचित आणि कर्तव्य कर्माचा त्याग करून उपयोग नाही. ह्याचा अर्थ असा होतो की नैष्कर्म्य स्थिती प्राप्त करायचा मार्ग कर्मातूनच आहे.

इथे आपण एक मुख्य बाब लक्षात घ्यायला हवी ती अशी - आपले ध्येय मात्र कर्म त्याग करण्यापेक्षा नैष्कर्म्य स्थिती प्राप्त करणे असे असायला हवे. श्री ज्ञानेश्वर हे आणखी स्पष्टपणे आपल्याला समजावतात,

म्हणऊनि आइके पार्था । जया नैष्कर्म्य पदी आस्था ।

तया उचित कर्म सर्वथा । त्यज्य नोव्हे ।। ज्ञा ३-५०

इथे अर्जुनाच्या मुख्य प्रश्नाचे उत्तर आहे - कर्म आणि अकर्ते पणा बद्दल - तो खरं तर नैष्कर्म्य स्थती बद्दल विचारत होता पण त्याला असा भ्रम झाला होता की ही स्थिती कर्माचा त्याग करूनच शक्य आहे. त्याचा हा भ्रम दूर करायला श्री कृष्णाने त्याला सांगितले की उलट पक्षी नैष्कर्म्य स्थिती ही प्राप्त केली पाहिजे आणि ती प्राप्त करायला उचित अथवा विहित कर्माचा त्याग नाही तर ते करूनच आपण त्या मार्गाने पुढे जाऊ शकतो.

इथे कर्म साधारण किती प्रकारची असतात हे पाहणे आवश्यक आहे. मुख्यत्वे कर्मा मध्ये कर्तव्य कर्म, नित्य कर्म, नैमेत्तिक कर्म, विहीत कर्म, धार्मिक कर्म, नैसर्गिक कर्म, प्रायश्चित्त कर्म आणि निषिद्ध कर्म असे प्रकार असू शकतात. इथे उचित अथवा विहित कर्मा बद्दल अर्जुनाला सांगितले गेले आहे. स्वाभाविकच आहे की उचित कर्माचा त्याग करणे म्हणजे अकर्म होईल - जे अर्जुन करायचा विचार करीत होता. पण श्री ज्ञानेश्वर हे देखील स्पष्टपणे सांगतात की मृत्यूलोका मध्ये मनुष्याचा जन्म हा कर्माने बांधलेला आहे म्हणजे कर्म बंधनात आहे.

हा लोकू कर्मे बांधिला ।। ज्ञा. ३-८५

मनुष्य जन्म मिळायला पुण्य आणि पाप हे समान व्हावे लागते - म्हणूनच ती सुखः दुःखा मध्ये रूपांतर होतात आणि त्याप्रमाणे जीवनात अनुभवाला येतात. हा पाप

पुण्याच्या साठा म्हणजेच **संचित** - प्रत्येक जीव हा अनेक योनीतुन अनेक जन्म घेत असतो आणि कर्म करत असतो, ह्या सगळ्या जन्म मरणाचे मिळून जो पाप पुण्याचा साठा तयार होतो त्याला संचित असे म्हणतात.

ह्या संचितातले काही पाप आणि पुण्य घेऊन जेव्हा मनुष्य जन्म मिळतो तेव्हा फक्त त्या जन्मातले जे पाप पुण्य असते त्याला **प्रारब्ध** असे म्हणतात. म्हणजे संचिता मधला हा काही एक भाग असतो - पूर्ण संचित नव्हे.

पण मनुष्य हा प्रारब्धाचे फळ भोगताना नवीन कर्म सुद्धा करतच राहतो आणि त्यामुळे हा पाप पुण्याच्या साठा अधिक तयार होतच राहतो, ह्याला **क्रियामाण** असे म्हणतात - त्यामुळेच पुनः पुढच्या काही जन्माची बेगमी तयार होत राहते आणि संचिता मध्ये भर पडत राहते. हे पुढचे जन्म मनुष्याचे असतील अशी शक्यता कमी असते - इतर योनी मध्ये जास्त शक्यता असते.

मग मनुष्याने काय करावे ? कर्म करायचे सोडून द्यावे का ?

एका बाजूला असा मनुष्य कर्माने बांधला गेलेला असतो आणि दुसऱ्या बाजूला अकर्म - म्हणजे कर्माचा त्याग अथवा कर्म न करणे हा सुद्धा उपाय नसतो. ह्या बद्दलचे सखोल स्पष्टीकरण देताना श्री ज्ञानेश्वर महाराज सांगतात की एखाद्याने ठरवले की आपण कर्म करायचेच नाही

तरी सूक्ष्मात विचार केला असता असा पूर्णतः कर्म त्याग करणे काही शक्य नाही.

देखे विहित कर्म जेतुले । ते सगळे जरी वोसंडीले ।

तरी स्वभाव काय निमाले । इंद्रियांचे ? ।। ज्ञा ३-५४

सांगे श्रवणी ऐकावे ठेले? । की नेत्रींचे तेज गेले? ।

हे नासाग्ररंध्र बुझाले । परिमळू नेघे? ।। ज्ञा ३-५५

सखोल विचार केला असता असे लक्षात येईल की बाह्य कर्माचा जरी त्याग कोणी केला तरी स्वभावतः जे कर्मेंद्रिये व ज्ञानेंद्रिये आहेत त्यांच्या ठिकाणचे कार्य थांबणार नाही आणि त्यामुळे पूर्णतः काही कर्म त्याग घडणे शक्य नाही. म्हणजे हे स्वाभाविक, नैसर्गिक रित्या कर्म चालूच राहते त्याला थांबविता येत नाही. पुढे श्री ज्ञानेश्वर महाराज असेही सांगतात की बाह्य कर्माचा त्याग केला तरी काय आपल्या ठिकाणी असलेली प्राण - अपान वायूची गती थांबणार आहे का? तहान भूक लागायची थांबणार आहे का? पाय चालायला विसरणार आहेत का? आणि सर्वात महत्वाचे म्हणजे जन्म मृत्यू थांबणार आहे का?

ह्या त्यांच्या विशलेषणा वरून आपण समजू शकतो की भगवंताच्या दृष्टीने कर्म हे इतक्या सूक्ष्मात घडत असते - मनुष्य कर्मेंद्रिये व ज्ञानेंद्रिये वापरून त्यावर अधिक बाह्य कर्म करीत राहतो आणि पुनर्जन्माची बेगमी, क्रियमाण

तयार करीत राहतो आणि त्यामुळेच जन्म मरणाच्या फेऱ्यात अडकून जातो.

तात्पर्य - जो पर्यंत प्रकृतीचा संग आहे तो पर्यंत कर्माचा बाह्य त्याग घडू शकत नाही - असे असूनही जर कोणी म्हणेल की आम्ही असाच कर्म त्याग करतो - तर तो त्यांचा फक्त आग्रह राहील.

म्हणोनि संगू जावं प्रकृतीचा । तव त्यागु न घडे कर्माचा ।

ऐसीयाही करू म्हणती त्यांच्या । आग्रहाची उरे ।।

ज्ञा ३-६३

दुसरा मुद्दा म्हणजे आपल्या वाटेला आलेले उचित कर्म सोडून पण कर्मेंद्रियांना निरोधून जे नैष्कर्म्य स्थिती प्राप्त करू पाहतात त्यांना सुद्धा कर्म त्याग घडत नाही कारण ते कर्तव्य मनामध्ये राहून जाते आणि तेच पुनर्जन्माचे कारण होतं.

जे उचित कर्म सांडिती । मग नैष्कर्म्य होऊ पाहती ।

परी कर्मेंद्रियप्रवृत्ती निरोधुनी ।। ज्ञा ३-६४

तया कर्मत्यागु न घडे । जे कर्तव्य मनी सापडे ।। ज्ञा ३-६५

इथे अर्जुनाचा जो मुख्य प्रश्न आहे तो अधिकच ग्राह्य ठरतो - एका बाजूला उचित कर्म अथवा कर्तव्य कर्माचा त्याग तर करता येत नाही तर दुसऱ्या बाजूला अकर्म हे सुद्धा शक्य नाही. कर्मेंद्रियांच्या निरोधाने कर्म त्याग करू पाहावा तर ते सुद्धा शक्य नाही - म्हणजे कर्म तर होतच

राहणार आणि पुनर्जन्माची बेगमी तयार होतच राहणार - मग जन्ममृत्यूच्या फेऱ्यातून बाहेर कसे पडता येईल? आणि त्याच्याही पलीकडे नैष्कर्म्य स्थिती कशी काय प्राप्त होऊ शकेल? कारण अध्यायाच्या सुरवातीलाच भगवान गोपाळ कृष्णाने अर्जुनाला सांगितले होते की 'तू नैष्कर्म्य स्थिती ला प्राप्त व्हावे.'

ह्यावरचा उपाय व युक्ती ते स्वतःच सांगतात ती अशी,

तरी उचित कर्में आघवी । तुवा आचरोनी मज अर्पावी ।

परी चित्तवृत्ती न्यासावी । आत्मरुपी ।। ज्ञा ३-८६

जे काही उचित कर्में आहेत त्यांचे नक्कीच आचरण करावे पण ती कर्में आचरण करून मला - म्हणजेच आत्मस्वरूपाला अर्पण करावी आणि ती कर्म होत असताना सुद्धा चित्तवृत्ती म्हणजे अनुसंधान आत्मस्वरूपाच्या ठिकाणी ठेवावे. ह्याचे मुख्य कारण असे की 'हे कर्म मी केले' असा जो कर्तेपणा आहे तो तू सोडून द्यावासा आणि त्या कर्तेपणाचा अभिमान चित्ताच्या ठिकाणी नसावा - म्हणजे आपोआप कर्म त्याग घडेल. ही मुख्य गुरुकिल्ली आहे - कर्म करून त्याचा त्याग घडण्याची, पण अट हीच आहे की प्रत्येक कर्म आत्मरूपाला स्मरण करून करावे आणि मग त्यालाच अर्पण करावे. हे कसे होते?

तर आत्मरूपाला कर्म अर्पण केले म्हणजे ते कर्म जळून भस्म होत असते आणि त्या कर्माचा कर्तेपणा जीवा कडून सुटला जातो - इथे ज्वलन हे अध्यात्मिक ज्वलन होत असते, प्रत्यक्ष नाही, हे लक्षात घ्यावे - त्यामुळे ते कर्मच उरत नाही - शून्यात जाते - आणि स्वाभाविकतः त्याला फळ सुद्धा येत नाही आणि त्या योगे कर्म-फळ नष्ट होऊन पुनर्जन्माची बेगमी सुद्धा तयार होत नाही. अर्थातच येथे भगवंत 'उचित कर्में' असे निक्षून म्हणतात त्याचाच सरळ अर्थ असा आहे की अनुचित/निषिद्ध कर्में करणे अपेक्षित नाही.

विधी ते पाळीत । निषेधा ते गळीत ।
मज देउनी जाळीत । कर्म, फळे ।। ज्ञा १२-७७

कर्म किती प्रकचे असू शकतात आपण आधी पाहिलेले आहे. त्या कर्मांची फळे मुख्यतः दोन प्रकारची असतात - एक दृश्य फळ आणि एक अदृश्य फळ. दृश्य फळ तेच आहे जे मृत्युलोकात भोगायला मिळते आणि अदृश्य फळ मात्र पुनर्जन्माचे कारण ठरते.

प्रश्न असा येतो की ह्यात क्रिया योग कुठे आला? किंवा कर्में/फळे अर्पण करणे अथवा जाळणे ह्याची काही क्रिया आहे का? तर नक्कीच आहे! ह्यासाठीच श्री ज्ञानेश्वर महाराजांनी अवतार घेतला आणि जनसाम्यांना सुद्धा सूक्ष्म प्राण प्रक्रिया कळाव्यात आणि त्यांचा प्रयोग करून

प्रत्येकाने मोक्ष आणि त्याही पली कडे भक्ति योग गाठावा असा त्यांचा हेतू स्पष्ट आहे.

इथे आपण बाराव्या अध्यायात, जो भक्ति योगाचा आहे, हाच विषय जिथे आला ते लक्षात घेऊन काय क्रिया शिकवली आहे ते पाहू.

श्रीमद भगवत गीतेतील बाराव्या अध्यातल्या दहाव्या श्लोका वर भाष्य करताना भगवान श्री ज्ञानेश्वर महाराज म्हणतात - **हे अर्जुना**

इंद्रिया ते न कोंडी । भोगा ते न तोंडी ।
अभिमानु तो ना संडी (सोडी) । स्व (आत्मा) जातीचा
।। ज्ञा १२-११५

कुळधर्मा चाळी । विधिनिषेध पाळी ।
मग सुखे तुझं सर्वी दिधली आहे ।। ज्ञा १२-११६

परी मने, वाचा, देहे । जैसा जो व्यापारु होये ।
तो मी करितु आहे । ऐसे ना म्हणे ।। ज्ञा १२-११७

ह्या ओव्यां मध्ये सांगितलेले दिसत आहे की कर्मेइंद्रिये व ज्ञानेंद्रियांचा अगदी कोंडमारा करण्याची आवश्यकता नाही, अर्थातच त्यांचा दुरुपयोग किव्हा अतिशयोक्ती करून अजिबात चालणार नाही. भोग सुद्धा पूर्णपणे तोडून टाकण्याची आवश्यकता नाही. आपण आत्मस्वरूपकार आहोत असे ध्यानी ठेवून आणि कुळधर्म, विधी निषेध पाळून सगळी कर्मे व फळ/भोग घेण्यास हरकत नाही पण ह्याने जो कायिक, मानसिक

आणि वाचिक व्यापार (कर्म) घडले ते मी केले आणि माझ्यामुळे सिद्धीला गेले असे म्हणू नकोस - थोडक्यात सगळ्या कर्म/फळ संस्थेचा कर्तेपणा सोडून दे - स्वतः कडे घेऊ नकोस.

एका शिष्याने आपल्या सतगुरुंना एक शाल अर्पण केली. पण प्रत्येक दिवशी तो त्यांना विचारत असे की तुम्ही ती शाल अंगावर वापरली का? सुरवातीचे काही दिवस ते सतगुरू काही बोलले नाही पण जेव्हा त्या शिष्याने ३/४ वेळा विचारले तेव्हा ते म्हणाले की अरे तू ती शाल अजून सुद्धा (मनात) पकडून ठेवली आहेस - मग मी ती कशी वापरू? अश्या प्रकारे संत महात्मे बोध करत असतात.

अश्या त्याग भावनेने सगळी कर्म तू मला अर्पण केलीस तर तू नक्कीच सायुज्य मुक्तीला पावशील. पण भगवंताच्या सुद्धा लक्षात आले की अश्या रीतीने कर्माचा कर्तेपणा सोडणे हे सगळ्यांना शक्य होईल असे नाही. म्हणूनच त्यांनी पुढच्याच श्लोका मध्ये ही शंका व्यक्त करून प्रत्यक्ष प्रत्येक कर्म कसे अर्पण करून जाळून टाकावे ह्याची क्रिया शिकवलेली दिसून येते.

ना तरी हेही तुझं । नेदवे कर्म मज ।

तरी तू हे समझ । पंडुकुमरा ।। ज्ञा १२-१२५

बुद्धीचिये पाठी पोटी । कर्मा आधी की शेवटी ।

मज बांधणे ग किरीटी । सर्वापण पणे, दुवाड जरी ।। ज्ञा १२-१२६

इथे श्री ज्ञानेश्वर महाराज स्पष्टपणे कर्म अर्पण करण्याची क्रिया शिकवताना दिसत आहेत. शाब्दिक अर्थ प्रथम पाहता असा दिसतो की - प्रत्येक कर्माच्या आधी व शेवटी तू मला बुद्धीच्या पाठी पोटी बांधून टाक आणि अश्या रीतीने प्रत्येक कर्म मला अर्पण कर. पण मुख्यतः श्री ज्ञानेश्वरांना असं सांगायचे आहे की मनुष्याने प्रत्येक कर्म तर करावे पण त्याचा कर्तेपणा आपल्या कडे न घेता भगवंताला अर्पण करावा. असे केल्याने, वरील ओवीत पाहिल्या प्रमाणे, ते कर्म शून्यात जाते अथवा असे म्हणता यईल की ते कर्म जाळून टाकले जाते आणि त्या योगे तो मनुष्य त्या कर्मा पासून मुक्त होतो. असे प्रत्येक कर्म तो आत्मस्वरूपाला अर्पण करीत गेला म्हणजे तो हळू हळू मुक्त व्हायला लागतो कारण त्या सगळ्या कर्मांचे काही फळ निष्पन्न होत नाही - ज्यामुळे पुनर्जन्माची बेगमी तयार होत नाही. अर्थातच प्रत्यक्ष जी क्रिया आहे ती गुरु शिष्याला शिकवत असतात. हीच परंपरागत क्रिया सतगुरू डॉ. बाळकृष्ण शाळिग्राम गुरुजींनी प्रथम शिकली आणि मग आपल्या प्रवचन/कीर्तनातून सगळ्यांना उघडपणे शिकविली. त्यांनी जी क्रिया शिकवली ती एकदम शास्त्र शुद्ध आहे व त्यात श्वास प्रक्रिया सुद्धा असल्याने त्याला 'प्राण प्रक्रिया' असे

भक्ति योगी/संत महात्मे संबोधितात. ती खालील प्रमाणे आहे `:-

१. कुठले ही कर्म (उदा. स्वयंपाक / अभ्यास /नोकरी /व्यवसाय /धार्मिक/अध्यात्मिक/भोजन/क्रीडा इ.) आरंभ करण्या आधी - किंचित श्वास रोखून, सर्व लक्ष आपल्या टाळूच्या ठिकाणी असलेल्या ब्रह्मरंध्रात केंद्रित करावे.

२. मनोमय प्रार्थना करावी - 'हे आत्मशक्ती/भगवती, माझ्याकडून हे अमुक कर्म होणे आहे तरी आपले कृपाबळ माझ्या सर्वांगा मध्ये असावे.'

३. श्वास सोडून द्यावा व ते कर्म करण्यास आरंभ करावा.

४. ते कर्म होत असताना शक्य असेल तेवढे अनुसंधान/चित्तवृत्ती ही आत्मस्वरूपाच्या ठिकाणी असावी.

५. ते कर्म झाले की पुनः किंचित श्वास रोखून पूर्ण लक्ष टाळू मधल्या ब्रह्मरंध्रात केंद्रित करून प्रार्थना करावी - 'हे आत्मशक्ती/भगवती हे कर्म आपल्याच कृपेत माझ्याकडून पार पडले/झाले - हे कर्म होत असताना कळत/नकळत काही चूक झाली असेल तर क्षमा असावी - हे कर्म मी आपल्याला अर्पण करतो/करते आहे - 'ओम तत् सत ब्रह्मार्पणमस्तु' अथवा 'ओम तत् सत

कृष्णार्पणमस्तु' अथवा नुसतेच 'आत्म अर्पण मस्तु' असे मनोमय म्हणावे.

६. श्वास सोडून द्यावा व पुढचे जे काही कर्म आहे ते आरंभ करण्याआधी अश्याच रीतीने आरंभी व शेवटी श्वास रोखून ही प्रक्रिया करावी.

कर्माच्या आरंभी श्वास रोखून आपल्या टाळू ठिकाणी असलेल्या ब्रह्मरंध्रात पूर्ण लक्ष देऊन प्रार्थना केली असताना बुद्धी चिये पाठी आत्मशक्ती बांधली जाते - ते कसे? तर आपल्या शरीरा मध्ये जो मोठा मेंदू आहे त्यात बुद्धी राहते - त्याला सहस्रदल कमळ अशी सुद्धा संज्ञा आहे - त्या वर असलेल्या ब्रह्मरंध्रात आत्मवस्तू अगदी सूक्ष्म अणु (atom) रुपाने वास करीत असते - म्हणून कर्मा आरंभी तिथे लक्ष दिले की आत्माराम म्हणजेच आत्मस्वरूप/भगवंत त्या कर्मा मध्ये बांधला जातो. तसेच कर्माच्या शेवटी अशीच छोटीसी प्रक्रिया केली असताना आणि ते कर्म आत्मशक्तीला अर्पण केले असताना बुद्धीच्या पोटी तो बांधला जाऊन ते कर्म शून्यात जाते अथवा जळून जाते. ह्याचे अध्यात्मिक विज्ञान असे आहे की आत्माराम/आत्मशक्ती ही अग्निरूप आहे आणि त्यामुळे तिथे अध्यात्मिक प्रक्रिया घडून ते कर्म ज्वलन पावते. आत्मशक्ती अग्निरूप कशावरुन आहे? तर ह्याचा प्रत्यय आपण सतत घेतच असतो - आपल्या शरीरात जी स्वभावतः उष्णता आहे ती आत्मशक्तीचा

संयोग असल्या मुळेच असते - मृत माणसाचा देह थंडगार असतो.

अश्या रीतीने जर एखाद्याने आपल्या दिवसभरातील वेगवेगळी कर्मे करताना आधी व शेवटी आत्मशक्तीला बांधले आणि कर्मे त्या शक्तीला अर्पण केली तर तो आपोआप नैष्कर्म्य स्थिती कडे जायला लागेल. इतकेच नाही तर प्रत्येक कर्मातील कर्तेपणा त्याचा आपोआप सोडला जाईल आणि जो अपेक्षित परिणाम आहे तो सुद्धा सहजच येत राहील. मुख्य म्हणजे कर्मे अर्पण करून जाळून टाकल्या मुळे त्याची पुनर्जन्माची बेगमी तयारच होणार नाही आणि कर्मयोगातून नैष्कर्म्य सिद्धी त्याला प्राप्त होईल.

दिवसभरात प्रत्येक वेगळे वेगळे कर्म अश्या रीतीने भगवंताचे स्मरण करणे व ते प्रत्येक कर्म पूर्ण झाले की पुनः स्मरण करून ते कर्म अर्पण करणे हे सुरवातीला अवघड वाटणे साहजिक आहे किव्हा लक्षात राहणे सुद्धा अवघड आहे. म्हणूनच श्री ज्ञानेश्वर ओवीच्या अखेरीस म्हणतात की,

दुवाड जरी ।। ज्ञानेश्वरी

त्यांना ही जाणीव आहे की असे प्रत्येक कर्म समर्पण करणे सुरवातीला अवघड वाटू शकेल पण कालांतराने सवय होते आणि अंगवळणी पडले की लक्षात पण राहते.

अर्थातच श्री ज्ञानेश्वरांनी सांगितल्या प्रमाणे उचित कर्म करणे अपेक्षित आहे - किंवा 'अवसरे करुनि प्राप्त'- म्हणजे जे कधीतरी आपण होऊनच समोर आलेले कर्म - अशी सगळी कर्मे अर्पण करावी.

एक उपप्रश्न असा निर्माण होतो की वेगवेगळी कर्मे अर्पण करणे अपेक्षित आहे का? दिवस अखेरी एकदम सगळी कर्मे एकत्र अर्पण केली तर चालेल का?

सद्गुरु श्री डॉ. शाळिग्राम गुरुजी असं शिकवायचे की असे अपेक्षित नाही - त्याचे वैज्ञानिक कारण असे की ती जशी सगळी कर्मे वेगळी असतात तसे त्यांचे स्वरूप पण वेगळे आणि फळ पण वेगळे असते त्यामुळे ते वैयक्तिक रीत्याच अर्पण करणे भाग आहे. हे एका प्रकारे दिवस भर करण्याचे ध्यान सुद्धा आहे. त्यातून कधी काळी एखादे   कर्म अर्पण करण्यास राहून गेले तरी क्षमा प्रार्थना करून त्यास नंतर अर्पण करण्यास हरकत नाही.

इथे मुख्य भगवंताचा हेतू असा आहे की प्रत्येक कर्म अश्या प्रकारे अर्पण केले तर दिवसभर आत्मस्वरूपाच्या ठिकाणी अनुसंधान राहील आणि हाच एक प्रकारे कर्माचा यज्ञ होईल. आपली चित्तवृत्ती आत्मस्वरूपाच्या ठिकाणी राहिली तर हा भक्ति योग सुद्धा होईल आणि मनुष्य कर्माच्या फळा पासून अलिप्त झाल्यामुळे मोक्षाला पात्र ठरेल. आपल्या दैनंदिन जीवनात सुद्धा ह्याचा प्रचंड फायदा होत असतो कारण आपण हळू हळू कर्माच्या

ओझ्यातून अलिप्त होत राहतो आणि त्यायोगे मन बुद्धीला होणाऱ्या तणावा पासून सुद्धा अलिप्त होत असतो.

५. जप यज्ञ अथवा नाम यज्ञ

**स्वधर्मु जो बापा । तोचि नित्य यज्ञ जाण पा ।
म्हणोनि वर्ततां तेथ पापा । संचार नाही ।। ज्ञा ३-८९**

वरील क्रियेचे विवेचनात आपण असे पहिले की श्री ज्ञानेश्वर महाराज अर्जुनाच्या निमित्ताने आपल्या सर्वांना सांगतात की आपला स्वधर्म हाच श्रेष्ठ आहे व त्याचे आचरण करणे ह्याच्यातच परम कल्याण आहे व तसे केले असताना तेथे पापाचा संचार अजिबात होत नाही.

इथे प्रश्न असा येतो की स्वधर्माचे आचरण म्हणजे नेमके काय? हे आपण जन्माला आलो त्या जाती कुळ समाज ह्या पुरते मर्यादित आहे? का ते आपल्या कर्तव्य कर्माला स्वधर्म म्हणत आहेत? का ह्यात आणखी काही सखोल अर्थ आहे ?

ह्याचे उत्तर पाहायला आपण तुकाराम महाराजांचा एक अभंग पाहू.

**।। जाती कुळ माझे गेले हरपोनि
एका श्री रंगा वाचोनी अनुनेणें ।। तु. गा.**

भक्ति योगा मध्ये जीवाचा आत्मस्वरूपाशी संयोग अपेक्षित आहे मग तिथे जाती कुळ ह्यांना काही महत्व अथवा अस्तित्व उरत नाही.

दुसरं म्हणजे कर्तव्य कर्म करून ते अर्पण करणे तर भागच आहे पण फक्त तेवढे पार पाडल्याने काही आत्मसाक्षात्कार/भागवतसाक्षात्कार अथवा भक्तियोग साध्य

होणे नाही कारण भक्तियोग साधायला त्या दिशेने तसे कर्म/प्रयत्न करावे लागेल.

इथे स्वधर्म म्हणजे आत्मधर्म - "स्व" म्हणजेच "निज" अथवा "आत्म". ह्या स्वधर्माचे म्हणजे आत्म धर्माचे आचरण म्हणजे त्याला प्राप्त करण्यासाठी लागणारे कर्म अथवा क्रिया. त्या पाहायच्या आधी स्वधर्माचा सखोल अर्थ पाहू - उच्च पातळी वर असा अर्थ होतो की बुद्धीने प्रथम आपण स्थूल देह आहोत ह्या संकल्पनेला सोडून आपण आत्म स्वरूपाकार आहोत ह्या संकल्पेनीशी शाब्दिक का होईना प्रथम ओळख करून घेणे. त्यासाठी सत ग्रंथ म्हणजेच गीता, भागवत, ज्ञानेश्वरी, सकल संत गाथा इ. वाचन करणे आणि नवविधा भक्ती मधली पहिली पायरी म्हणजे श्रवण साधणे. हे श्रवण मात्र संतांच्या वाणीतले किव्हा त्यांच्या परंपरेतल्या सत्संगाचे असावे. असे केल्याने बुद्धीला प्रथम आत्मस्वरूपाची शाब्दिक ओळख घडते आणि तीला आपण मुळातून आत्मस्वरूपकार आहोत व तसेच व्हावे अथवा आपल्याला आत्मसाक्षात्कार व्हावा असं वाटणे. म्हणजेच बुद्धीने असा निश्चय करणे की 'मी आज जरी जीव रुपी असले तरी मला आत्मस्वरूपकार होणे आहे आणि त्या जोगे मला त्याच्याशी एकरूप होऊन जन्म मृत्यूच्या चक्रव्यूहातून मुक्त व्हायचे आहे. हा निश्चय प्रथम होणे.

ह्यासाठी पायरी पायरीने कसे पुढे जाणे आहे ते श्री ज्ञानेश्वर एका ओवी मध्ये अतिशय सुंदर रित्या सांगतात

बुद्धी निश्चय आत्मज्ञान । ब्रह्मरूप भावी आपणा आपण ।

ब्रह्मनिष्ठा राखे पूर्ण । तत्परायण अहर्निशी ।। ज्ञा १-८७

असा बुद्धीने निश्चय केला तर त्या जीवाला हे प्राप्त करण्यासाठी त्या दिशेने पावले टाकणे अवश्यक ठरते, त्या प्राप्तीसाठी कर्म करणे अवश्यक ठरते - ह्यालाच स्वधर्म कर्म म्हणतात. त्यासाठी सर्वात सोपे प्राथमिक साधन म्हणजे परमेश्वर तत्वाचा नाम जप अथवा जप यज्ञ करणे. ह्यालाच श्री ज्ञानेश्वर स्वधर्माचा यज्ञ म्हणतात. तसे बघितले तर चौथ्या अध्यायात विविध प्रकारचे यज्ञ भगवंताने सांगितले आहेत - द्रव्य यज्ञ, तपोयज्ञ, योगयज्ञ, वाग्यज्ञ आणि ज्ञानयज्ञ. पण सर्वसामान्यांच्या दृष्टीने पाहता हे सगळे कठीण सुद्धा आहेत आणि सामग्रीचा अभाव व वेळेचे बंधन पाहता जरा अवघड सुद्धा आहेत. म्हणून सगळ्यांना जमेल असा सोपा यज्ञ म्हणजे 'जप यज्ञ' हा भगवंताने सांगितला आहे. गीतेच्या दहाव्या अध्यायातला २५ वा श्लोक असा आहे की,

यज्ञानां जपयज्ञोस्मि ।।भ. गी. १०-२५

त्यावर श्री ज्ञानेश्वरांचे भाष्य असे आहे.

समस्तांही यज्ञांच्या पैकी। जपयज्ञ तो मी ह्या लोकी।।

ज्ञा १०-२३२

आणि

नाम जप यज्ञ तो परम । बांधू ना शके स्नानादी कर्म ।

नामे पावन धर्माधर्म । नाम परब्रह्म वेदार्थे ।। ज्ञा १०-२३३

थोडक्यात, जरी यज्ञ अनेक प्रकारचे असले तरी जप यज्ञ हा सर्वात श्रेष्ठ आहे व स्वधर्माचे आचरण करण्याचा हा एक भाग आहे. अर्थातच प्रत्येकाने आपल्या वाटेला आलेला कर्तव्य कर्माचा व त्या अनुषंगाने बाकीचे जे उचित कर्म आहेत त्यांचे आचरण करून हा जप यज्ञ सुद्धा करणे अपेक्षित आहे. नाम कुठले घ्यावे? तर जे कुठले आपल्याला भावलेले भगवंताचे नाम आहे ते घ्यावे. ज्यांना गुरु दीक्षा अथवा गुरु मंत्र मिळाला आहे त्यांनी तेच नाम म्हणून घ्यावे. नाम कुठले ही असले तरी आरंभी ओम जरूर असावा - **उदा :**

ओम नमो भगवते वासुदेवाय

ओम नमः शिवाय

ओम नमो भगवते ज्ञानदेवाय

ओम नमो नारायणाय

गायत्री मंत्र. - इत्यादी

नाम मुखाने (वैखरीने) घ्यावे का मनातल्या मनात जप करावा?

काही लोक मुखाने म्हणजेच वैखरीने नाम घेतात - हे प्रथम स्वरूपी ठीक असले तरी हळू हळू त्यांनी मनातल्या मनात जप करण्याची सवय करावी. आपल्या ठिकाणी वाणी ही चार प्रकारची असते - वैखरी, मध्यमा, पश्यन्ति आणि परा वाणी.

बाराव्या अध्यायात श्री ज्ञानेश्वर असे सांगतात की - परमात्मा जो आहे तो वैखरी वाणीत सापडणे नाही.

जो प्रणवा पैलीकडे । जो वैखरीसी कानडे ।। ज्ञा १२ अध्याय

यावरून स्पष्ट होते की वैखरी वाणीने नाम घेणे अपेक्षित नाही. म्हणूनच मनातल्या मनात - जिव्हा न हलविता नाम घेण्याची सवय केली पाहिजे.

मग ह्या जपाचा अथवा नामाचा यज्ञ कसा होणार? नुसता जप आणि जप यज्ञ ह्यात काही फरक आहे का?

हो आहे. नाम जप यज्ञ ही एक क्रिया आहे पण ती समजून घेण्या करीता आपल्याला थोडे भक्ती विज्ञान पाहावे लागेल.

जसे आपल्याला माहित आहे की श्रीकृष्णाने गीतेमध्ये सांगितल्या प्रमाणे भगवंत हा सर्वांच्या हृदयात राहतो - पण भक्ती विज्ञान अभ्यासिले असताना असे दिसून यईल की हृदय म्हणजे हृदयआकाश असा अर्थ अध्याहृत आहे. आपल्या सूक्ष्म देहाला सुद्धा हृदय असते आणि ते आपल्या शरीराच्या मस्तकातल्या भागात असते. ह्याला

शास्त्रा मध्ये "उपादेय हृदय' असे संबोधिले आहे. म्हणूनच आपल्या मस्तकाच्या ठिकाणी असलेल्या अवकाश भागाला "हृदय आकाश" असे म्हणण्याची परंपरा असून ते आपल्या मोठ्या मेंदूच्या वरच्या भागात आहे - म्हणजेच सहस्रदल कमळाच्या वरती असते. तिथेच ब्रह्माकुंड - म्हणजे आपला टाळूचा भाग असतो आणि हेच ते हृदय. हा टाळूच्या भागाचा आकार एका अंगठ्याच्या पेरा सारखा असतो व त्यालाच श्री ज्ञानेश्वर 'कुंड 'असे नाव देतात व ह्या नामाला घोष असे संबोधितात.

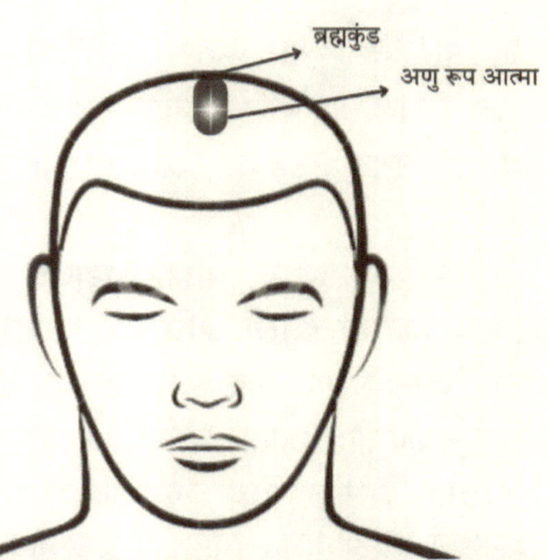

घोषाचीये कुंडी नाद चित्रांचा रुपडी ।। ज्ञा ९ अध्याय
ह्याचे कारण असे की ह्या ब्रह्मकुंडातच आत्मा नांदतो - सूक्ष्म रूपाने, अणू रूपाने वास करत असतो. हा अणू,

रेणू सारखा सूक्ष्म असल्याने, जड डोव्व्यांना दिसण्याचा विषय नाही. हा अणू रूप आत्मा म्हणजेच जो विश्वात्मा, परमात्मा आहे त्याचा एक अंश असतो. अश्या अंशात्मक रूपाने तो सर्व जीवांच्या हृदयात म्हणजेच हृदयाकाशात राहत असतो. जगत गुरु तुकाराम महाराज ह्यांनी एका अभंगात सांगितलेच आहे की,

अणू रणिया थोकडा

तुका आकाशा एवढा ।। तु. गा.

हा आत्मा "अणू" रूप जरी असला तरी तो व्यापक आहे आणि अग्निरूप सुद्धा आहे. ह्याचे प्रमाण म्हणजे आपल्या सगळ्यांच्या शरीरात सामान्यतः असलेली उष्णता, तापमान. मृत माणसाचे शरीर थंडगार पडते कारण मृत्यू म्हणजे त्याच्या स्थूल देहाचा आत्मस्वरुपाशी वियोग घडतो.

।। अग्निरूप सखा माझा नारायण

तुका म्हणे आम्ही झालो अग्निरूप ।। तु. गा.

इतके भक्ती विज्ञान लक्षात आले की जप यज्ञ ही प्रक्रिया आपण समजू शकतो. आता पर्यन्त आपण पाहिल्या प्रमाणे आपल्या मस्तकातल्या हृदयाकाशात टाळूच्या भाग हा ब्रह्मकुंड आहे आणि त्यात अणू रूपाने अग्निरूप असा आत्मा वास करीत असतो.

श्री ज्ञानेश्वरांनी त्यांच्या 'हरी पाठ ' ह्या अभंग मालिकेत सांगितले आहे की,

एक हरी आत्मा
जीव शिव सम

थोडक्यात, आत्मरूप असलेला हरी हा हृदयाकाशात वास करतो. मग हे ब्रह्मकुंड म्हणजेच एक यज्ञ कुंड आणि त्यात अग्निरूप असलेला आत्मा (हरी) हाच अग्नी असे लक्षात घेऊन ह्या प्रमाणे नाम जप यज्ञाची क्रिया खालील प्रमाणे आहे.

प्रत्यक्ष क्रिया अश्या प्रकारे करावी -

१. व्यवस्थित आसन घालून, सुखासन अथवा सहजासनात बसावे.

२. जपाला आरंभ करण्या पूर्वी - किंचित श्वास आत घेऊन पूर्ण लक्ष आपल्या टाळूच्या विभागात केंद्रित करावे व आपल्या इष्ट देवतेला प्रार्थना करावी की हा जप यज्ञ माझ्याकडून करवून घ्यावा.

३. श्वास रोखायची गरज नाही पण आपले लक्ष मात्र टाळूतच ठेवून जप करण्यास आरंभ करावा आणि पूर्ण वेळ लक्ष टाळूच्या ठिकाणीच असावे.

४. असा जप केला असतांना तो जप यज्ञ अथवा नाम जप यज्ञ होत असतो.

श्री ज्ञानेश्वरांना असा जप यज्ञ सगळ्यांनी करणे अपेक्षित आहे कारण हा सर्व सामान्यांना अगदी जमण्या सारखा आहे. मुख्य म्हणजे ह्या यज्ञा मध्ये प्रत्यक्ष काही सामग्री लागत नाही आणि तरी सुद्धा हा उत्तम प्रकारे यज्ञ होत

असतो आणि प्रत्यक्ष हरी, आत्माराम ह्यात बांधला गेल्या मुळे हा एक श्रेष्ठ यज्ञ होतो.

स्वधर्म म्हणजेच आत्म धर्म ह्याचे आचरण होते आणि म्हणूनच श्री ज्ञानेश्वर म्हणतात की असे वर्तन केले असताना तेथे पापाचा संचार होत नाही. पाप म्हणजेच अंधःकार - हळू हळू नष्ट होऊन आपल्या ठिकाणी आत्म प्रकाशाचे साम्राज्य स्थापन होते आणि त्यामुळे स्वधर्म म्हणजे आत्मसाक्षात्कार होण्यास जोड मिळते.

नाम जपाला नामःस्मरण सुद्धा म्हणतात. सामान्यतः मनुष्य "जीव" स्थितीत असतो कारण की त्याला स्वतःच्याच आत्मस्वरूपाचे विस्मरण घडलेले असते. जीवाला विस्मरण का घडते? तर संमोहा मुळे.

श्री ज्ञानेश्वर सांगतात,

।। कैसा नेणो मोह वाढीनला । तेणे बहुतेक काळू व्यर्थ गेला

म्हणुनी योगु हा लोपला । जागी इये ।। ज्ञानेश्वरी

म्हणूनच हे विस्मरण घालवून आत्म्याचे स्मरण होण्यासाठी नामस्मरण हा एक सोपा मार्ग आहे. उत्तर भरता मध्ये ह्याला "सुमीरन" असे म्हणतात.

नाम जप किती करावा ?

काही लोक रोज फक्त १२ वेळा किव्हा एक माळ (१०८) इतकाच जप अथवा नाम घेतात. जपाची संख्या इतकी कमी नसावी. कमीत कमी रोज ५०० - १००० (५-१०

माळा) नाम जप करावा आणि या हुन जास्ती जास्त अथवा दिवसातून दोनदा करायचा प्रयत्न करावा. कारण जसे व्यवहारा मध्ये वित्त/द्रव्य ह्याची गरज असते तसे परमार्थात नाम जपाची गरज असते. कधी कधी अधिक नाम जप हा प्रपंच आणि परमार्थ ह्या दोन्ही साठी उपयोगी ठरतो.

पण प्रत्यक्ष ह्या आत्मस्वरूपाचे दर्शन आणि जीव-आत्मा ऐक्य घडण्यासाठी मात्र बुद्धी आत्मस्वरूपाच्या ठिकाणी संलग्न/तल्लीन व्हावी लागते आणि त्या आधी मन बुद्धीचे ऐक्य व्हावे लागते. थोडक्यात मन बुद्धेची एकाग्रता होणे आहे. हे साधण्यासाठी एक मुख्य क्रिया आहे ती आम्लात आणावी लागते. पुढच्या भागात आपण हीच मुख्य क्रिया कुठली आहे ते पाहूया.

६. ध्यान साधना अथवा ध्यान योग

कुठला ही योग म्हटला की त्याला आठ अंग असतात - यम, नियम, आसन, प्राणायाम, प्रत्याहार, धारणा, ध्यान आणि समाधी. प्रत्येकाचे स्वरूप वेगळे असू शकते. भारता मध्ये असे पुष्कळ योग आहेत. बुद्धि योग/भक्ति योग/महा योग ही एकाच योगाची नावे आहेत. भक्ति योगा मध्ये सुद्धा अशीच आठ अंग असतात - पण त्याअंतर्गत ध्यान साधना ही क्रिया मुख्य आहे. त्या आधीची सगळी अंगे ध्यानाला जोड देणारी आहेत आणि ध्यान साधना व्यवस्थित, नियमित आणि योग्य अशी झाली की समाधी अवस्था आपोआप प्रगट होत असते. त्यामुळे ध्यान साधना प्रमुख ठरते. धारणा ही ध्यानाच्या आधी असते त्यामुळे "ध्यान धारणा" म्हणणे योग्य ठरणार नाही.

ध्यान साधना खूप महत्वाची असायला मुख्य कारण म्हणजे भक्ती योग साधायला अति आवश्यक असलेली मनाची एकाग्रता. मनाची एकाग्रता का असावी लागते हे आपल्याला थोडक्यात समजून घ्यावे लागेल.

सर्व साधारण पणे बोलायचे झाले तर मनुष्याला दोन देह असतात - एक स्थूल देह व एक सूक्ष्म देह. तसे तर श्री ज्ञानेश्वरांनी चार देह सांगितले आहेत - स्थूल, सूक्ष्म, कारण आणि महाकारण देह. पण कारण देह आणि महाकारण देह हे सूक्ष्म देहात राहतात त्यामुळे आपल्या

अभ्यासासाठी हे दोनच पुरेसे आहेत. सूक्ष्म देहांत मन, बुद्धी, चित्त आणि अहं अशी चार मंडळी नांदतात. अध्यात्मात 'अहं' म्हणजे 'मी पणाची जाणीव' जी मुळात असते ती. आत्मस्वरूप हे ह्या सूक्ष्म देहाच्या पलीकडे साक्षी रूपाने राहत असते - आणि ते स्थिर तत्त्व आहे. बाकी हे सूक्ष्म देहातले घटक चंचल अथवा गतिमान आहेत असे म्हणता येईल. आत्मस्वरूप/आत्माराम हा चारही देहाच्या पलीकडे साक्षी रूपाने नांदतो आणि आधी पहिल्या प्रमाणे तो अणू /रेणू ह्या स्वरूपात असतो - म्हणून तो स्थिर असतो. साहजिकच जी गतिमान मंडळी आहेत त्यांना त्याला गाठायचे असेल तर त्यांना पण स्थिर व्हावे लागेल - म्हणूनच मुख्यतः मन आणि बुद्धीला प्रथम स्थिर व्हावे लागेल. असे स्थिर होणे काही उठता बसता आणि बाह्य कर्म करताना शक्य होणार नाही - त्यासाठी आवश्यक आहे ती ध्यान साधना.

।। ठायीच बैसोनि करा एक चित्त
आवडी अनंत आळवावा ।। तु. गा.

थोडक्यात आत्मा/हरी हा स्थिर आहे आणि त्याचा साक्षात्कार - आत्मसाक्षात्कार पाहिजे असेल तर ध्यान साधना आत्यंतिक आवश्यक आहे. हा भक्ती योग - ज्याला महा योग असेही म्हटले आहे - तो मुख्यत्वे मनाच्या अंगाने प्राप्त होतो.

निःशंके येणे महायोगे । मज मीनला मनाचेनि अंगे
।। ज्ञानेश्वरी

काहीं लोकांची अशी धारणा आहे की श्री ज्ञानेश्वरांनी भक्ती सोपी करून सांगितली आणि त्यामुळे आम्हाला योग/ध्यान साधना करणे आवश्यक नाही. आणखी अशी एक धारणा आहे की श्री ज्ञानेश्वरीच्या ६ व्या अध्यायात फक्त योग सांगितला आणि बाकी अध्यायात नाही. पण आपण बारकाईने पाहता असे दिसून यईल की श्री ज्ञानेश्वर महाराजांनी ह्या ध्यान साधनेची प्रक्रिया स्पष्ट सांगितली आहे आणि ती सुद्धा ५ व्या अध्यायातच!

मग सहज तीही संधी भेटी । जेथ भ्रूपल्लवा पडे
गाठी ।

तेथ पाठी मोरी दिठी । परखोवोनिया ।। ज्ञा ५-१५२

ह्यावरून अगदी स्पष्ट दिसते की सगळ्यांनी ध्यान करणे अपेक्षित आहे म्हणूनच इथे क्रिया सुद्धा सांगितली आहे.

ही क्रिया सविस्तर आपण पाहणारच आहोत पण त्या आधी आपल्याला जरा आणखी सखोल जायची गरज आहे आणि अपेक्षित असलेला परीणाम समजून घेणे आवश्यक आहे.

पहिल्या क्रिया विश्लेषणात आपण पाहिले की मनुष्य हा कर्मने बांधला गेला आहे - तो कर्म करतो त्यात पाप पुण्य उपजत जाते आणि तो पुनर्जन्माच्या फेऱ्यात अडकून जातो. मनुष्य जन्मात सुद्धा तो काय शोधत असतो ते पण त्याला नीट कळत नाही - कळत नकळत

तो आनंद शोधत असतो पण ते कस्तुरी असलेल्या मृगा सारखे. तो आनंद त्याच्या आत मध्येच असतो पण तो आयुष्यभर आनंद बाहेरच्या जगात आणि बाह्य वस्तूं मध्ये शोधत राहतो - जसा कस्तुरीचा सुगंध त्या मृगाच्या नाभीतूनच येत असतो पण ते मृग त्या सुगंधाला बाहेर शोधत राहते आणि वेळे प्रसंगी काटेरी झाडात शोधताना ते रक्तबंबाळ देखील होते. तद्वत मनुष्य बाहेरच्या जगात शांती, समाधान आणि आनंद शोधत असतो आणि पाप-पुण्य सुख-दुःखाच्या समुद्रात गटांगळ्या खात राहतो व त्यामुळे जन्म मरणाच्या फेऱ्यातून सुद्धा बाहेर पडू शकत नाही आणि मोक्षाला ही मुकतो.

तैसे अहं ममतेची ये लवडसवडी । माते (माझ्या
स्वरूपाला) न पवतीची बापुडी ।।
म्हणुनी जन्म मरणाची दुथडी । डहुळती ठेली ।। ज्ञा
९ अध्याय

मनुष्य प्राणी "मी" (अहं) व "माझे" (ममता) असे छंद घेऊन आणखीनच अडकत जातो. श्री ज्ञानेश्वरांना अश्या सगळ्यांची खूप दया येते म्हणून ते अश्या सगळ्यांना "बापुडी" म्हणून संबोधतात. एका अभंगात श्री ज्ञानेश्वरांचे असे वर्णन आहे की ते आत्यंतिक दयाळू आणि कृपाळू आहेत कारण असे सगळे जे पतित आहेत त्यांना तारण्यासाठी त्यांनी हा अवतारी जन्म घेतला आणि 'ज्ञानेश्वरी' नावाची निगम वल्ली प्रकट केली.

।। तो हा महाराज ज्ञानेश्वर माउली ।

जेणे निगमवल्‌ली प्रकट केली ।
संसारी आसक्त आणि माया मोहें रत ।
ऐसे जे पतित ते तारावया ।। संत चोखा मेळा ।

ह्याच कारणासाठी भगवंत आणि संत महात्मे वेळोवेळी मृत्युलोकात जन्म घेत असतात. त्यांचे प्रमुख कार्य धर्म स्थापना करणे असते. ते वेळोवेळी हीच चांगली बातमी आपल्यासाठी घेऊन येतात की जर का जन्म मृत्यूच्या पलीकडे जायचे आहे, भवसागर ओलांडायचा आहे आणि जो शाश्वत असा आनंद - सतचित्तानंद - आहे तो प्राप्त करायचा आहे तर तो सगळ्यांच्या जवळ प्रत्येकाच्या हृदयातच आहे.

म्हणजेच त्यांचे कार्य असे असते की अज्ञानमय अंध:कार घालवणे व त्यासाठी ज्ञानाचा प्रकाश सर्वत्र पसरवणे जेणे करून जीवात्मे आपल्याच अंतर्गत असलेल्या अंशात्मक परमात्म्याशी जोडले जाऊ शकतील आणि त्या योगे जन्म मरण आणि सुखदुःख रुपी भवसागर पार करू शकतील. कारण आपल्या हृदयातील आत्मशक्ती ही अणू रूप असली तरी ती परिपूर्ण आहे व सत्विदानंद स्वरूप आहे. म्हणूनच हा आंतरिक आनंद प्राप्त करणे हेच जीवात्म्याचे मुख्य ध्येय असायला हवे. कारण हा आत्मा म्हणजेच श्री हरी विठ्ठल पांडुरंग परमात्मा जो आपल्याच हृदयात राहतो.

यावरून आपल्याला समजते की सर्वात मुख्य साधना ही ध्यान साधना का आहे. तो स्थिर हरी/आत्मा ह्याला

चालता बोलता धावपळ करताना काही प्राप्त करता येत नाही. त्यासाठी एका ठिकाणी नियमित पणे स्थिर बसून मन बुद्धीची एकाग्रता करावी लागेल. त्या आधी शरीराचे यम नियम पाळावे लागतील, शुचित्व पाळावे लागेल आणि मग रोज ध्यान साधना करावी लागेल. हीच प्रत्यक्ष क्रिया श्री ज्ञानेश्वर महाराजांनी पाचव्या अध्यायात सांगितली आहे ती अशी.

सहज तीही संधी भेटी । जेथ भ्रू पल्लवा पडे गाठी ।

तेथ पाठी मोरी दिठी । परखोवोनिया ।। ज्ञा ५-१५२ ।।

पण ध्यान साधनेला बसण्या आधी चे नियमन सुद्धा ज्ञानेश्वर महाराज सांगतात.

तरी वैराग्याचेनि आधारे । जीही विषय दवडुनी बाहिरे ।

शरीरी एकंदरे । केले मन ।। ज्ञा ५-१५१

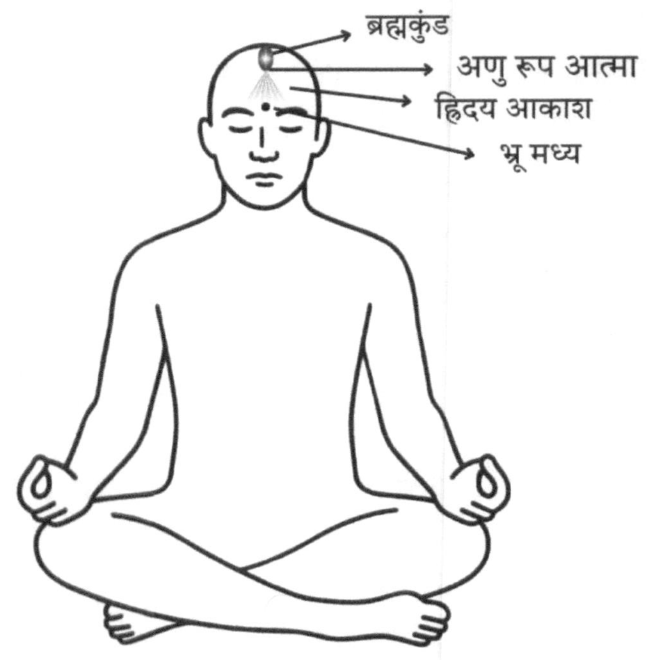

प्रथम आपण रोज ध्यान साधना करण्यासाठी एक योग्य अशी जागा आपल्याच घरातील निवडावी. एखादे पांढरे शुभ्र वस्त्र आसन म्हणून घ्यावे आणि सहजासनात अथवा सुखासनात बसावे. दोन्ही हात आपल्या गुडघ्यांवर ठेवावे. पाठीचा कणा सरळ/ताठ ठेवून मान मात्र सैल सोडावी. आपल्या आवडीचे/नित्य पाठातले श्लोक मनातल्या मनात म्हणावे व मग आपल्या ईष्ट देवतेला, आराध्य देवतेला, श्री गुरूंना आणि जे आपल्या आवडीचे संत महात्मे अथवा आपल्या आवडीचे भगवंताचे अवतार ह्यांना मनोमय नमस्कार करावा. मना मध्ये वैचारिक

वैराग्य असावं आणि त्या वेळेला मना मध्ये येणारे बाह्य विषयांचे विचार सोडून द्यावेत. आपण आता आपल्याच हृदयातील आत्म शक्तीची उपासना/ध्यान करण्यासाठी बसलो आहोत असे आपल्याच मनाला आठवण करून द्यावी. त्यानंतर डोळ्याची काही हालचाल न करता दृष्टी आतून आपल्या भ्रूमध्याच्या ठिकाणी, आतल्या बाजूने एकाग्र करावी. इथे एकाग्रता किती करावी हे सुद्धा श्री ज्ञानेश्वर महाराज सांगत आहेत - पार-खोवोनिया - म्हणजे जशी आपण एखादी सुई/पीन नोटीस बोर्डवर खोवून टाकतो त्या प्रमाणे.

असे स्वस्थ बसून राहावे व भृकुटीमध्ये आत्म परीक्षण निरीक्षण करीत राहावे. ज्यांना ध्यान साधनेची सवय नसेल त्यांनी सुरुवातीला १५-२० मिनिटं पासून सुरुवात करावी व नित्य नेम ठेवून ती वेळ ३० मिनिटां पर्यन्त तरी न्यावी. अशी ध्यान साधना करताना मना मध्ये अनेक प्रकारचे विचार, संकल्प, विकल्प येणे स्वाभाविक आहे - पण त्या विचारांचे सुद्धा निरीक्षण परीक्षण करून त्यांना - दवडुनी बाहिरे - असे करावे व पुनः लक्ष एकाग्र करावे. सुरुवातीला विचारांचा ओघ खूप जोरात आहे ते जाणवणे सुद्धा साहजिक आहे. पण सूक्ष्मात पाहता तो मनाचा स्वभाविक वेग असतो आणि तो सुरुवातीला जाणवायला लागतो. नंतर मात्र हा विचारांचा वेग हळू

हळू कमी होत असतो कारण मनाची गती सुद्धा मध्यम होत असते. ध्यान साधना हे सुद्धा एक कर्म आहे - त्यामुळे ते सुद्धा झाले की भगवंताला अर्पण करावे.

शक्यतो उत्तर दिशेला तोंड करून बसावे अथवा पूर्वेला. ब्राह्ममुहूर्तावर ध्यान साधना केल्यास उत्तम असते म्हणजे पहाटे ४ ते ६ ह्या वेळात. तसे न जमल्यास दिवसभरातली कुठली तरी एक वेळ साधून तरी नियमित त्याच वेळेला ध्यान करावे. रात्री झोपण्या आधी केल्यास सुद्धा चालेल पण रात्री १२ ते ३ ची वेळ टाळावी.

अशी साधना नियमित केली असताना आपल्या ठिकाणचा आत्माराम/आत्माकृष्णा/हरी/विठ्ठल प्रसन्न होत असतो आणि साधकाला दिव्य रूपाने काही ना काही अनुभव देत असतो. एवढेच नव्हे तर ह्याचे असंख्य फायदे होत असतात आणि प्रामुख्याने तो जीव मोक्षाला पात्र होत असतो.

काही लोकांना बाहेर निसर्गात अथवा कुठे तरी धार्मिक ठिकाणी गेले असताना ध्यान साधना करण्यास उत्साह वाटतो. पण शक्यतो कुठेही उघड्यावर ध्यानाला बसू नये. आपल्या घरातच नियमित पणे बसावे. बाहेर गेले असताना नाम स्मरण अथवा नाम जप करावा. एखाद्या सिद्ध महात्म्याच्या समाधी जवळ बसून मात्र ध्यान साधना करण्यास हरकत नाही.

जगात बरेच लोक ध्यान करतात पण त्यांचे हेतू वेग वेगळे असू शकतात - काही लोक मानसिक तणाव दूर करण्या करीता, काही लोक मानसिक स्वास्थ्य, स्मरण शक्ती वाढावी म्हणून, तर काही लोक मनाची शांती मिळावी म्हणून अनेक प्रकारचे ध्यान करतात. पण साधकाने मात्र लक्षात ठेवायचे की आपण हे साधन आपल्याच हृदयतला आत्मा/हरी ह्याची भक्ती अथवा पूजा म्हणून करीत आहोत - त्याची प्रचिती यावी आणि आत्मसाक्षात्कार व्हावा म्हणून करीत आहोत. इतर सगळे परिणाम आपोआपच येतात.

सामान्यतः असे समजले जाते की ध्यान वगैरे हे फक्त ज्ञानेश्वरी मध्ये सहाव्या अध्यायात जो योगाचा समजला जातो त्यातच सांगितले आणि म्हणून अनेक श्रद्धाळू ध्यान साधनेला मुकतात. पण सगळ्यांनी हे लक्षात घ्यावे की ही ध्यान साधनेची क्रिया तर पाचव्या अध्यायातच सांगितली आहे त्यामुळे ही निश्चितच भक्तियोगातली आहे. तसे पाहता सहावा अध्याय सुद्धा भक्तियोगांतर्गतच आहे - हे डॉ. बाळकृष्ण शाळिग्राम गुरुजी ह्यांनी त्यांच्या (पुणे महाविद्यालय मान्यता असलेल्या) 'पंथराज' नामक प्रबंधात - सिद्ध केले आहे.

श्री ज्ञानेश्वरांचे हेच मनोगत आहे की सगळ्या भाविकांनी ध्यान साधनेत यावे आणि त्यासाठीच त्यांनी गुरु शिष्याच्या एकांतातल्या गोष्टी प्रगट पणे ज्ञानेश्वरी मध्ये सांगितल्या

आहेत. श्री सतुरू डॉ. शाळिग्राम गुरुजी असे नेहमी म्हणायचे की महाराष्ट्रातल्या सर्व लोकांनी ध्यान साधना केली पाहिजे - त्यामुळे सगळ्यांच्या वैयक्तिक उद्धार तर होईलच पण त्यामुळे महाराष्ट्राचा आणि भारताचा सुद्धा उद्धार होण्यास बळ मिळेल.

ज्या ज्या भाग्यवान साधकांना यथार्थ श्री गुरु भेटतात व दीक्षा मिळते ते ते सगळे ध्यान साधना निश्चितच नियमाने करतात असे आपल्याला दिसून येते.

तशी तर अध्यात्मिक वाटचाल करण्या करिता श्री गुरु माउली प्रत्यक्ष भेटणे आवश्यक आहे पण वरील सांगितलेल्या क्रिया सगव्व्या लोकांना करण्यास काही हरकत नाही कारण त्या श्री ज्ञानेश्वरांनी प्रगट पणे सांगितलेल्या आहेत व उलट पक्षी ह्या क्रियांचे अवलंब केले असताना भक्तियोग मार्गावर चालणे आपोआप सुरु होईल ह्यात काही शंका नाही. किंबहुना एवढे तरी प्रत्येकाने करणे भाग आहे कारण,

उद्धरेत आत्मात्मानं - भ. गी.

प्रत्यकाने आपला स्वतःच उद्धार करून घेणे अपेक्षित आहे आणि किमान एवढे तरी स्वधर्मासाठी करावे लागेल.

असे न केल्याने मात्र "पापाचा संचार" आपल्या जीवनात वाढेल आणि काळ व्यर्थ जाईल.

क्रिया योगा मध्ये अनेक क्रिया आहेत आणि त्या सगव्व्या श्री ज्ञानेश्वर महाराजांना निश्चित ठाऊक होत्या. आपण पुस्तकाच्या ह्या भागात ह्या पायाभूत असलेल्या भक्ति

योगातील तीन क्रियांच्याच समावेश केला आहे. जिज्ञासू अभ्यासक आणि साधकांसाठी आपण आणखी काही श्री ज्ञानेश्वरीतल्या क्रिया पुढच्या भागात पाहणार आहोत.

ह्या प्राथमिक क्रियांना जरी सतगुरू असण्याची आवश्यकता नसली तरी प्रत्येकाने लक्षात घ्यावे की कधी ना कधी सतगुरू भेट होणे आवश्यक असते. ते होण्याच्या आधी जे काही नाम जप अथवा ध्यान साधना होते ती सतगुरू भेट होण्यास कारणीभूत ठरू शकते. श्री गुरु भेट आणि अनुग्रह झाला की ध्यान साधने मध्ये अनुभव येयला खूप गती मिळते. म्हणूनच श्री ज्ञानेश्वर महाराज सांगतात की,

म्हणून जाणतेनी गुरु सेविजे । तेणे कृतकार्य होईजे
॥ ज्ञा १-१२३

जो जाणकार आहे त्याने सतगुरू शोधून त्यांच्या कडून प्रयत्नपूर्वक अनुग्रह मिळवावा, असे केल्याने सहजच आपले कल्याण होत असते. सतगुरू मात्र अनुभवी सिद्ध परंपरेतले असावे - जे स्वतः आत्मसाक्षात्कारी आहेत आणि श्रोत्रीय आहेत - म्हणजे त्यांना एक तरी सतग्रंथ ज्ञात असून स्वप्रचिती ही ग्रंथ प्रचितीतून निर्देशित करता आली पाहिजे.

एकंदरीत श्री ज्ञानेश्वरीत सांगितलेल्या क्रिया अवलंबून सगव्व्यांना आत्मस्वरूपाला कर्म समर्पण , आत्मस्वरूपाचे नाम जप आणि त्याचीच ध्यान साधना करून आपलीच

स्वस्ति, कल्याण करवून घेण्यास हरकत नाही किंबहुना हेच जीवनाचे मुख्य ध्येय आहे असे सकल संत आपल्याला सांगतात.

श्री ज्ञानेश्वरीतील क्रियायोग: भाग - १

स्वस्ति, कल्याण करवून घेण्यास हरकत नाही किंबहुना हेच जीवनाचे मुख्य ध्येय आहे असे सकल संत आपल्याला सांगतात.

७. उपसंहार

श्री सद्गुरू परमहंस डॉ. बाळकृष्ण शाळिग्राम उर्फ शाळिग्राम गुरुजी ह्यांनी त्यांच्या आयुष्यभर ज्ञानेश्वरीचा अभ्यास करून प्रसाद प्रचार महाराष्ट्र भर केला. त्यांनी पहिल्या पासूनच भक्ति योग हा क्रिया प्रधान आहे आणि ज्ञानेश्वरी व इतर सकल संत वाङ्मय हे अनुभवात्मक आणि रहस्यात्मक अर्थांनी भरलेले आहे असे प्रबोधन केले. ह्याच्या मागे त्यांची सिद्ध गुरुपरंपरा आणि त्यांच्या घराण्यातला अध्यात्मिक वारसा हा कारणीभूत होता. पण त्यांच्या ५० वर्षाच्या आयुष्या नंतर त्यांना आणखी एक महान सिद्ध ज्ञान योगी हे गुरु म्हणून भेटले ज्यांनी त्यांना ज्ञानेश्वरीतील पूर्ण क्रिया योग अनुभवातून शिकवला. ह्या पुस्तकात दिलेल्या क्रिया त्यातल्या शिकवणीतल्याच आहेत.

सामान्य माणसाच्या दृष्टीने जी पहिली क्रिया आहे ती फार महत्वाची आहे. कारण सामान्य मनुष्य कर्म-फळ ह्या बंधनात असतो पण आपण बंधनात आहोत ह्याचीच त्याला जाणीव नसते. म्हणूनच त्याने आपल्या वाटेल आलेले कर्म करता करता आणि आपल्या वाट्याला प्रारब्ध गतीने आलेली फळे म्हणजेच सुख दुःख उपभोगता जरका ते सगळे प्राण प्रक्रियात्मक भगवंताला अर्पण केले तर तो आपोआपच ह्या कर्म बंधनातुन सुटत जाईल आणि त्याला संत समागमाची उपरती/आवड निर्माण होत राहील. कारण श्री भगवान गोपिळ कृष्णाने

सांगितल्या प्रमाणे अर्जुनाने सर्व कर्म त्याला अर्पण केल्याने त्याची प्रसन्नता अर्जुनाला मिळाली.

त्यातच जरका सगळ्यांनी नाम जप क्रियेची साधना केली तर कल्याण होईल. रोज आपल्याला जे कुठले भगवंताचे नाम आवडेल ते १००० तरी जपावे आणि त्याचा जपयज्ञ करावा - जसा वर प्रमाणे क्रियात्मक सांगितला आहे. ज्यांना गुरु दीक्षा अथवा अनुग्रह मिळाला आहे अश्या भाग्यवंतांनी गुरुमंत्र हाच नाम म्हणून जपावा. जरका आपण ध्यान साधना ही सुरुवात करून नियमित करू शकलो तर हा सगळा क्रियायोग मिळून दूध-शर्करा योग होऊन जाईल आणि मनुष्य भोग आणि मोक्ष दोन्हीला पात्र होईल. त्याही पलिकडे त्यांनी ठरवलेच तर भक्तियोग सुद्धा त्याला प्राप्त होईल.

।। हरी आला हाता मग कैची भय चिंता ।। हरिपाठ ।।

भक्तियोग साधायला मात्र ध्यान साधना तर आवश्यक आहेच पण त्याच बरोबर इतर काही क्रिया आणि उपासना प्रत्येका कडून होण्याची गरज असते. त्यामुळेच आपल्यला ह्या पुढच्या काही क्रिया आणि उपासना आणखी काही भागात मांडाव्या लागतील.

श्री ज्ञानेश्वरांच्या आशीर्वादाने आणि सद्गुरू श्री डॉ. बाळकृष्ण शाळिग्राम गुरुजी ह्यांच्या प्रेरणेने त्यांनी आमच्या कडून ही सेवा करवून घ्यावी आणि जास्ती

जास्त भाविक आणि साधकांना त्याचा लाभ व्हावा ही श्री चरणी प्रार्थना आहे.

ओम तत् सत ब्रह्मार्पणमस्तु।